Vần Thơ Kể Chuyện

Thơ Truyền Cảm Hứng, Khơi Gợi, Đánh Thức

Alavida

Dịch Bởi: Lynn Ng

Alavida

Copyright © 2023 *Alavida*
Bản quyền © 2023 Alavida

Alavida Publishing

Nhà xuất bản Alavida

Đã đăng ký Bản quyền. Không phần nào của cuốn sách này có thể được sao chép, lưu trữ trong hệ thống truy xuất hoặc truyền tải dưới bất kỳ hình thức nào hoặc mua bất kỳ phương tiện nào - điện tử, cơ khí, sao chụp, ghi âm, quét hoặc các hình thức khác nếu không có sự cho phép trước bằng văn bản của tác giả hoặc nhà xuất bản.

Mọi thắc mắc hoặc yêu cầu, vui lòng liên hệ với tác giả tại: alavidacreative.com hoặc email:alavidacreative@gmail.com

ISBN: 978-1-959602-04-0

Cuốn Sách Này Đành Riêng Cho Mọi Người Trên Khắp Thế Giới

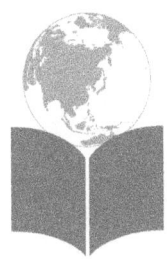

Mục Lục

1. Khi Anh Bên Em...1
2. Hiện Tại Vô Tận Và Vĩnh Hằng.....................2
3. Sinh Ra Từ Nghèo Khó...........................4
4. Bạn Là Duy Nhất....................................6
5. Để Tâm Hồn Của Bạn Lên Tiếng................8
6. Dấu Chân Dẫn Tôi Ra Biển....................10
7. Người Nghị Lực...................................11
8. Chiếc Cốc Của Cuộc Đời......................14
9. Thành Phố Huyền Bí...........................16
10. Tôi Muốn Đi Đến Nơi… 17
11. Vũ Điệu..20
12. Cảm Hứng....................................21
13. Sự Phơi Bày Kép...............................24
14. Sự Cực Đoan Của Thế Giới Hiện Đại.................26
15. Hãy Tưởng Tượng..............................28
16. Để Chính Mình Được Dẫn Lối..................30
17. Hành Trình Cuộc Đời..........................33
18. Hành Trình Dài................................35
19. Con Đường Ít Đi Qua..........................38
20. Thiên Nhiên Và Những Điều Bí Ẩn.............40
21. Biểu Hiện Tình Yêu Và Ước Mơ...........42
22. Sinh Ra Toàn Vẹn Và Hoàn Chỉnh....................44
23. Bạn Phải Đi Du Lịch!..........................47
24. Bài Thơ Kì Diệu................................49
25. Nhìn Vào Sâu Hơn Để Nhận Ra...................52
26. Luyên Thuyên Về Chính Trị Và Cuộc Sống Hiện Đại..54
27. Khi Cô Ấy Khiêu Vũ...........................57
28. Người Tinh Khôn (Homo Sapiens)................58
29. Đôi Chút Về Cuộc Sống Của Tôi...............60
30. Hãy Tử Tế...................................63

31. Không Gian Lặng Im Của Bạn.................................64
32. Bài Thơ Trữ Tình Gửi Đến Nữ Thần Gaia.................66
33. Ý Thức Lượng Tử...67
34. Xin Chào, Lữ Khách..72.
35. Jane Doe...74
36. Mong Đợi Điều Bất Ngờ..75
37. Bạn Tự Nhủ Điều Gì?..80
38. Hãy Đập Tan Ảo Tưởng Và Phá Vỡ Nó!....................84
39. Là Một Doanh Nhân..86
40. Thế Giới Hư Cấu..91
41. Thế Lưỡng Nan Của Rapper......................................94
42. Nơi Ngọn Gió Hoang Vu Thổi....................................96
43. Những Trái Tim Cùng Chung Một Nhịp...................99
44. Ngôn Ngữ Của Trái Tim..102
45. Trải Nghiệm..103
46. Hành Trình Đến Với Tâm Hồn.................................104
47. Sinh Ra Trên Thế Gian Này.....................................107
48. Sự Nỗ Lực Của Tình Yêu..108
49. Những Chiếc Trống Của Cuộc Cách Mạng...........109
50. Nàng Thơ..110
51. Tôi Hỏi Bạn Và Tôi Muốn Hạnh Phúc.....................111
52. Tôi Tự Hỏi...113
53. Câu Chuyện Tình Yêu...114
54. Xin Hãy Giúp Ngăn Chặn Các Cuộc Chiến Tranh!...116
55. Tinh Thần...117
56. Lòng Kính Trọng Với Những Chú Ong..................125
57. Đó Là Tất Cả Về Bạn!...126
58. Thật Đẹp Biết Bao!..127
59. Mũi Tên Của Thần Cupid...128
60. Hãy Chia Sẻ Thân Mật...129

1. Khi Anh Bên Em

Anh thích được cùng em nhảy múa trong đêm đen an tĩnh,

Để không có ánh sáng dư thừa nào len lỏi chia cách tia lửa tình.

Đôi mình uyển chuyển bước bên nhau như dòng suối trong,

Để cảm nhận được dáng vẻ thuần khiết nhất, và chẳng còn gì quan trọng.

Khi bên nhau, hãy tận hưởng món quà của tạo hóa ban cho mình,

Nụ hôn ngây thơ dưới thác nước, ướt đẫm dưới cầu vòng tỏa sáng lung linh.

Đã cùng vượt qua địa ngục quá đỗi tăm tối, cả những thất bại, cay đắng kề bên,

Bước ra khỏi bóng tối bao trùm, và cả muôn vàn những khổ sở không tên.

Anh muốn sẻ chia cùng em, bất kể là ngày nắng hay đêm đen,

Bên em là thiên đường, dưới tấm chăn mềm, mình sưởi ấm và ước hẹn.

Những cảnh đẹp trước mắt, những sắc màu, và xúc cảm mình sẻ chia,

Những chướng ngại mình dám đương đầu, con đường mình bước mai kia...

Thời không tan biến, như băng tan thành sương sớm trong lành,

Cuộc sống giàu đẹp biết bao– Khi anh bên em!

2. Hiện Tại Vô Tận Và Vĩnh Hằng

Thanh bình và tuyệt đẹp biết bao, vạn vật âm thầm sinh trưởng,
Rung động và vui sướng biết bao, tâm hồn bay bổng cất tiếng ca tự thưởng!
Cánh chim non đậu trên những bông hoa xinh; bướm bay vòng quanh và điệu đà vỗ cánh,
Dòng nước trong phản chiếu dưới ánh dương rực rỡ, tia sáng lung linh ngỡ như ảo ảnh...

Tia nắng vàng đang chơi trò trốn tìm xuyên qua những cành cây rậm rạp,
Vịt con theo mẹ bơi dọc dòng nước: những đôi chân bé nhỏ bì bạch đạp!
Đom đóm lập lòe dưới ánh trăng nhảy múa, sáng bừng theo một mảnh sương mờ,
Ngẩn ngơ dưới cực quang ảo ảnh, lòng xao xuyến ngỡ rằng mình đang mơ...

Thiên nhiên tinh tế và kiên cường biết bao, như dòng chảy không bao giờ cạn,
Trong bóng tối đêm đen, đôi mắt long lanh ở phía xa đang nhìn bạn.
Thật phong phú và đầy tán thưởng, nhưng mọi thứ có phải đến từ hư không ?
Như dòng chảy vô định, như sự lấp lánh của những bông tuyết mùa đông.

Thật khôn ngoan khi trầm tư lắng đọng, chiêm nghiệm cùng thế thái nhân sinh,
Để trái tim bao dung và rộng mở, xóa tan đi khói bụi trong tim mình!

Ý niệm ra đời từ lặng im, thì thầm vào tai rõ ràng mạch lạc,
Gọi tên hình hài nguyên sơ của chiến binh và pháp sư đĩnh đạc...

Đố ai biết vì sao cuộc sống luôn thiếu khuyết ít nhiều?
Sống hết mình trong từng khoảnh khắc, nào đâu cần lắng lo thừa thiếu.
Vũ trụ rộng lớn bao la hay phân tử vô danh nhỏ bé,
Sinh vật đơn bào tí hon hay chú voi khổng lồ cũng có thế.

Thiên nhiên vận hành không ngơi nghỉ — Hiện tại vô tận và vĩnh hằng,
Âm thanh diệu kì nơi hoang dã, tôi thì thầm tán thưởng hăng say.

3. Sinh Ra Từ Nghèo Khó

Sinh ra từ nghèo khó, tuổi thơ chôn vùi bên khu phố tồi tàn, xác sơ,
Rìu không mất cũng chẳng thèm nhớ, rừng sẽ chẳng quên dù trong ký ức xa mờ.
Bước chân vô định và lạc hướng, rồi mông lung khi chẳng biết đến điều gì,
Như chú chuột chạy loạn nơi hang hốc – rồi nhận ra phía cuối chẳng còn chi
Âu cũng là chuyện thường, một tuổi thơ chi chít những vết thương,
Cơm thiu áo rách, rượu chè triền miên cùng những trận đòn roi trên đường.
Tỉnh dậy đi thôi, bước đến giảng đường, ta không cần phải cam chịu hơn nữa,
Ngày đi học, tối làm thêm, chiếc Iphone hào nhoáng là thứ cần phải mua.
Những cái cây biết mềm dẻo cúi đầu, sẽ sống sót trong mưa to bão lớn,
Những chú chim thức dậy đi làm sớm, sẽ bắt được tất thảy số mồi ngon.
Cứ thế lăn lộn trong cái bẫy chính mình tự vẽ– một nhà tù khóa chặt cả linh hồn,
Chìa khóa ngoài kia phải tự kiếm tìm, bước ra được đấy mới là người khôn.
Những chú cừu gặp sói thấy hoang mang– rồi cứ thế bỏ lại người chăn cừu,
Nào biết đến sức mạnh như hổ báo, ẩn giấu trong người chăn cừu chính chu.
Gặp ngã rẽ chia năm bảy lối– chọn bước đi trên con đường vắng thưa,
Tự tạo ra cho mình lối nhỏ, dù cuộc sống không thiếu những ngày mưa.
Cứ bước đi rồi cũng sẽ đến, người khôn ngoan lo gì thiếu cơ hội,
Mạnh mẽ lên– đương đầu với nghịch cảnh, thất bại thì sao? Đứng dậy là được rồi!

4. Bạn Là Duy Nhất

Hãy để tình yêu là ánh sáng dẫn đường, dẫn bạn đến miền đất hứa của riêng bạn,

Hãy để trực giác dắt bạn qua những khu rừng tươi tốt, hay những sa mạc cát khô cằn và nắng hạn...

Hãy để lòng trắc ẩn là động lực, nhẹ nhàng thôi thúc bạn trở nên thiện lương và tử tế,

Hãy kiên định với chính mình, phân định rõ ràng như trắng- đen, sáng- tối có thể!

Hãy để trái tim rộng mở, tôn trọng cảm xúc và để lý tưởng dẫn lối bạn trong cuộc sống này!

Hãy cứ tỏa sáng theo cách của riêng mình và gạt hết đi tàn lửa, bụi bay,

Hãy đừng quên cảnh giác với những góc tối xung quanh, và cả những con người ngày ngày bạn chạm mặt.

Hãy biết sắp xếp và chọc lọc, đừng ngần ngại nói lời từ chối, vì chính cuộc sống của bạn cũng tất bật.

Hãy cố gắng không ngừng, bỏ qua quá khứ, sống trọn hiện tại và hướng đến tương lai!

Đừng cố gắng làm một người hoàn hảo, áp lực về sự tốt nhất sẽ cho bạn một nỗi đau dài.

Hãy vươn vai hít thở khí trời, yêu chính mình và biết ơn vận mệnh,

Hãy cứ tin rằng bản thân đã lựa chọn, tìm đâu xa ngày nắng ấm, gió lành...

Nếu có một người cứu bạn, thì đó chỉ có thể là bạn mà thôi,

Hãy dồn hết sức mạnh, hét thật to: Bạn là duy nhất, và ngày dần trôi...

Ngày mai sẽ không bao giờ đến với những người thích trì hoãn và luôn sợ hãi,

Nỗi sợ chỉ là lời ngụy biện cho bản thân, hãy bước ra rồi sẽ có cách hóa giải.

Rồi cuộc đời sẽ ném cho bạn những cay đắng chát chua, đừng sầu bi, hãy đứng lên mạnh mẽ,

Cứ tự do cùng thơ ca nhạc hoa, để biết rằng cuộc sống này vẫn luôn đẹp đẽ,

Sẽ không sao nếu bạn mắc lầm lỗi, hãy cứ để ánh sáng soi đường cho tất thảy,

Để chính mình như dòng sông tĩnh lặng, cứ êm đềm để chiêm nghiệm đúng sai...

Sẽ chẳng sao đâu khi cuộc sống chỉ là một hành trình ngắn hạn,

Hãy hết mình sống với đam mê, yêu và được yêu, vì chính bạn xứng đáng.

5. Để Tâm Hồn Của Bạn Lên Tiếng

Có vẻ như cuộc sống đưa bạn lên một chuyến tàu và khiến bạn mệt mỏi,

Bạn mải miết đuổi theo vật chất, thế giới này ảm đạm đến khó coi.

Đừng để cuốn theo thế giới cuồng loạn, dừng lại đi, để bình tĩnh tìm kiếm!

Lặng yên và thiền định, gạt đi hết tạp âm ồn ào, và: Để tâm hồn lên tiếng...

Đầu hàng với cuộc đời bằng cách "sống buông thả" là bắt đầu chuỗi đau khổ không tên,

Đừng phán xét, đừng chấp nhặt, hãy lặng lẽ quan sát để nuôi dưỡng một tâm hồn an yên...

Hiểu sâu về thiền định, bạn sẽ nhận ra sự im lặng là sức mạnh lớn lao đến nhường nào,

Vũ trụ hỗn loạn đến đâu cũng có thể được cảm nhận trong vẻ đẹp thanh tao của hoa đào.

Khi ý thức hoàn toàn bình thản, ảo ảnh sẽ được thấu hiểu triệt để,

Bởi vì bản thân ý thức đã thúc đẩy và định hướng những ảo ảnh lê thê.

Nguồn năng lượng chuyển động ở bên ngoài lẫn bên trong chúng ta chính là đáp án,

Chẳng còn hoài nghi, chính ý thức đã điều khiển những ảo ảnh tro tàn.

Nếu bạn đã chạm đáy vực thẳm, hay đã mất phương hướng lao vào hố sâu tăm tối,

Thì có phải cuộc sống đang thiếu khuyết, có phải bạn cần sống một cuộc sống toàn vẹn mới?

Tận sâu trong tâm hồn, luôn là những vết thương tội tình,

Bạn không liên hệ, không để tâm, cũng không lắng nghe tiếng gọi của tâm hồn mình,

Bạn có phải là một cái cây đâu, nếu không sống tốt, hãy cứ bỏ đi!

Cuộc sống chính là một tấm gương phải chiếu, bày ra những gì bạn có một cách tỉ mỉ.

Hãy thuyết phục cuộc sống làm bạn với mình đi, nếu không, nó sẽ là kẻ thù của bạn

Trước khi hiểu được, hãy tự hỏi thời gian đã đi đâu rồi biến tan?

Cuộc sống muôn hình vạn trạng, luôn hiện diện trong từng khoảnh khắc: một đứa trẻ khóc òa, một cụ già ba hoa,...

Tất cả xảy ra ngay cùng một thời điểm, đều xuất hiện trên đời này– như một giấc mơ qua.

6. Dấu Chân Dẫn Tôi Ra Biển

Dấu chân trên nền cát mềm, dẫn tôi đến bãi biển,
Tôi phấn đấu trèo lên cao, đôi khi không thể nào với tới là điều hiển nhiên.
Tôi men theo bãi biển, hình dung bản thân đã vượt thời không,
Thật may mắn khi được đến nơi đại dương xanh thẳm, mênh mông.

Những vết thương chưa lành, những day dứt không tên,
Một mình loay hoay cố gắng trưởng thành, đến cuối cùng cũng không ai ở bên.
Thẫn thờ tản bộ một hồi, tôi quay về chỗ của mình, ngồi xuống thản nhiên,
Rồi cứ thế nghe nhạc hát ca, ngậm một thanh sô cô la ngọt đắng, như một kẻ điên..

Tôi tận hưởng ánh sáng mặt trời, khí hậu ấm áp, làn gió mang vị muối của biển,
Thời gian nghỉ ngơi thật lý tưởng, tôi vẽ vời, đọc sách và đùa vui cùng với chú chó hiền.
Tôi bước đi và tận hưởng sự hùng vĩ của đất trời, nét dịu dàng của bông hoa đang hé nở,
Cảm nhận được nguồn năng lượng mạnh mẽ và cả một vẻ đẹp nên thơ.

Tôi lắng nghe, tôi ngửi được, tôi chạm vào, tôi nhìn thấy, tôi cảm nhận bằng cả trái tim mình,
Dạo bước thong dong trên bờ biển, đó là khoảnh khắc tôi tìm được ánh sáng bình minh,
Là những dấu chân mới mẻ, dẫn tôi ra với biển xanh thanh bình ...

7. Người Nghị Lực

Cậu ấy buộc phải trở thành một người nghị lực, nếu không sẽ bước đến đường cùng tội lỗi,

Là một kẻ trắng tay rỗng túi, cậu ấy đã vét cạn những đồng xu cuối cùng rồi.

Đam mê hip-hop chảy trong máu, bất cứ lúc nào cũng bật ra được một giai điệu hay,

Hàng xóm xấu xa và ghét bỏ, chỉ biết lôi kéo cậu ấy vào đầm lầy.

Ông cha đã dựng xây một cuộc sống mới- cuộc sống chống lại xiềng xích tù túng,

Nhiều thế hệ đã trải qua cuộc đời kinh khủng— chỉ biết cắn răng đau đớn chịu đựng!

Cứ thế sống bên trong một lớp màn tự tạo, thế hệ này rồi tiếp đến thế hệ sau,

Cứ cố gắng vật vã chạy đua trong nghịch cảnh và bối rối bấy lâu.

Những gì cậu ấy mong mỏi từ xã hội chỉ là một sân chơi công bằng, bình đẳng,

Kì vọng nhiều rồi chỉ nhận lại những tổn thương, phỉ bang.

Cậy ấy cũng muốn được lựa chọn những trò tiêu khiển xa xỉ

Nhưng người được chọn, chỉ có những người trong lâu đài bạc tỉ.

Thật nực cười khi nhận thấy quanh đây thật nhiều sắc đen,

Không phải vì màu da, mà là tất cả từ bên trong tâm hồn bon chen.

Dù cho bị cô lập, bị phủ nhận, bị bỏ rơi thì cũng không chùn bước!

Dũng cảm, thông minh và kiên cường là điều bắt buộc,

Đã đến lúc ta nên biết được, sự trì hoãn đẩy cơ hội ra xa,

Và những điều trong lòng cậu muốn có, hãy nhanh tay bắt lấy đừng nể hà!

Với tất cả những chuyện xảy ra, thứ duy nhất cậu làm là chịu đựng.

Không dám nghĩ đến tương lai vì niềm tin là chỉ là thứ cầm chừng.

Giữa vũ trụ rộng lớn bao la, là một chàng trai quá đỗi bình thường,

Đã học được lòng biết ơn, sau một thời gian dài ương bướng.

Học được rằng: đừng tự cho mình quyền dè bỉu hay đánh giá bất cứ ai,

Đổ lỗi, chê bai hay điên cuồng phán xét là những điều xấu xa mãi mãi.

Những đớn đau và cùng cực khổ sở đã qua, cậu ấy không giấu đi hay phủ nhận,

Miệng vết thương vừa lành vẫn ở đó, mang theo vết sẹo, chấp nhận bản thân.

Tự thân yêu lấy chính mình, thời gian chậm rãi chữa lành tổn thương.

Nếu cố chấp lặng im, không đối kháng thì cuộc sống vẫn tiếp diễn chán chường,

Hãy để giấc mơ bước ra đời thực, thay đổi chính mình từ nhận thức tư duy,

Từ mơ đến thực là một chặng đường dài phải đi.

Tựa tấm lưng vào bức tường lạnh giá, đừng đầu hàng nếu thất bại có bủa vây,

Kể cả khi vận mệnh tàn ác trêu đùa, quyết không lùi bước trông chờ vận may!

"Lửa thử vàng, gian nan thử sức" – nghị lực phi thường đưa đến chân trời mới.

Thức tỉnh đi– cậu ấy làm được rồi, thay đổi nhận thức đi– cậu ấy đạt được rồi,... Một tâm hồn viên mãn và bình yên!

8. Chiếc Cốc Của Cuộc Đời

Hãy để cho cốc cuộc sống của bạn được tràn đầy, không bao giờ cạn,

Hãy để tâm hồn bạn bay bổng và lòng trắc ẩn của bạn luôn chứa chan.

Bạn hãy cứ bước ra đường và thoải mái vui chơi khi buồn chán,

Cũng có thể trốn đằng sau cánh cửa nếu bạn muốn an toàn.

Điều diệu kì luôn hiện diện ở bên ngoài cánh cửa,

Là sợ hãi, là nỗi lo bạn ôm đồm không thuốc chữa.

Đừng sợ sai, chỉ sợ mình không thử.

Đừng chối từ nguồn năng lượng từ bên trong chứ!

Con đường bạn chọn có hướng đi và đích đến,

Cứ khoan thai, phía trước là cả mảnh trời êm.

Bạn sẽ được ngắm cuộc sống với góc nhìn rộng thoáng hơn,

Mọi thứ bạn kiếm tìm bỗng thu nhỏ và giản đơn.

Chẳng cần lắng lo những rắc rối bên lề,

Trái tim bị thu hút bởi những rung động say mê.

Những gì nhìn thấy ngoài kia là tấm gương phản chiếu chính mình,

Hình ảnh được nhìn qua lăng kính, cũng là do ngôn từ quyết định.

Đừng lầm tưởng chúng ta thấy đều là thực tế,

Kiếm tìm sự thật ẩn sâu là một điều không dễ.

Bởi lẽ nó âm thầm bắt nguồn từ thế giới bên trong,

Sự thật được truyền đi cũng với âm thanh rung động.

Như trí tuệ đang lay động lá cây, bạn có nghe thấy chăng?

Đừng để cuốn theo thế giới cuồng loạn và khổ tâm lo lắng,

Trái đất cứ vẫn xoay, đừng cản trở nó vận hành,

Tiếng gió thì thầm, như đang nhắn gửi thông điệp chân thành.

Muốn tìm đường về, hãy gạt hết niềm kiêu hãnh,

Hạnh phúc giản đơn như dòng nước mát lành.

Chẳng cần đến các danh hiệu được gọi tên,

Hãy lắng nghe lời trái tim và tâm hồn gửi đến,

Để đích đến sẽ không bị cản đường,

Đừng để vây quanh bởi bóng tối tầm thường.

Sống tự do, hướng ngày mai tiếp bước, một cuộc đời không ngần ngại đảm đương.

Cứ tỏa sáng theo cách bạn mong muốn và chiếu rọi vạn vật xung quanh,

Một ánh sáng rực rỡ và càng long lanh...

9. Thành Phố Huyền Bí

Một chiếc xe Cadillac – cổ điển,

Một màu sơn rực rỡ – lấp lánh,

Bài hát vang lên sống động — lâng lâng!

Người đàn ông ăn mặc bảnh bao — hào nhoáng,

Vẻ mặt cứng nhắc của anh ta- như định mệnh,

Khởi động các khớp thần kinh — đầy khoái lạc!

Những tấm hình tuyệt đẹp trên facebook — thật lạ kì!

Người trẻ chăm chút ngoại hình — nghiện mua sắm — cuồng vật chất.

Động vật ăn thịt ngấu nghiến miếng bít tết máu me— đầy thú tính!

Âm nhạc hài hòa — nhịp nhàng- du dương,

Lời bài hát rất nhiều từ khó nghe- thiếu nhân văn,

Xã hội đen lắm tiền nhiều của- giả làm thượng lưu — thành phố thật kì lạ!

Những thanh niên đang chạy đua trên xa lộ – hiếu chiến !

Những hình xăm được in hẳn trên da – sự cuồng loạn,

Sự bất hòa về nhận thức lúc hỗn loạn – tâm thần!

Phụ nữ tập yoga, mồ hôi nhễ nhại: sự khỏe mạnh ngụy trang,

Truyện tranh trào phúng, hài hước — đầy châm biếm,

Khán giả chất vấn với những lời thô lỗ — tàn ác!

Sống ở ngoại ô thị trấn, trong một ngôi nhà nhỏ – rất mộc mạc,

Bên cạnh đường cao tốc rất ồn ào — thanh âm.

Những nét vẽ trên các bức tường của xa lộ — thật nghệ thuật,

Các địa danh lịch sử ở thị trấn- mang tính biểu tượng – khoa trương,

Thành phố này đã cố gắng để trông bình dị – ở tương lai...

10. Tôi Muốn Đi Đến Nơi...

Tôi muốn đi đến nơi mà tôi có thể nhìn lên bầu trời tuyệt đẹp vào ban đêm

Tôi muốn đến nơi dải ngân hà trông như những viên kim cương lửng lơ không thế đếm

Tôi muốn đi đến nơi mà tôi có thể kiếm tìm trí thông minh và sức mạnh

Tôi muốn đến nơi mà tôi có thể thả trôi phiền ưu vào không gian vắng tanh

Tôi muốn đi đến nơi tôi có thể thức giấc vào lúc bình minh ló dạng

Tôi muốn đến nơi tôi có thể đắm mình trong vẻ đẹp của ánh sáng ban mai huy hoàng

Tôi muốn đi đến nơi có ánh dương dịu dàng sưởi ấm

Tôi muốn đến công viên nơi mọi người thư giãn sau tan tầm

Tôi muốn đi đến nơi có sóng vỗ rì rầm vào bãi đá

Tôi muốn đến nơi có bóng nước vỡ tan cuối buổi chiều tà

Tôi muốn đi đến nơi có dung nham của núi lửa đã phun

Tôi muốn đến nơi có dấu vết của những trận động đất sau lớp bùn

Tôi muốn đi đến nơi những khu rừng hun hút, những cây con cứ liên tiếp nảy mầm

Tôi muốn đến nơi tôi có thể giang rộng vòng tay và ôm lấy hàng cây sưởi ấm

Tôi muốn đi đến nơi mà hơi thở như làn khói, rồi chậm rãi tan biến vào không trung

Tôi muốn đến nơi bầu trời xanh trong vời vợi và gió mát nhẹ rung

Tôi muốn đi đến nơi có đồi núi trập trùng chắn gió mưa

Tôi muốn đến nơi ngắm hoa cỏ lung lay vào thời khắc giao mùa

Tôi muốn đến nơi những bông hoa khoe sắc tỏa hương thơm ngát

Tôi muốn đến nơi những chú công xòe bộ lông bắt mắt

Tôi muốn đi đến nơi mặt trời xóa tan mây mù hiu hắt

Tôi muốn đến cực Nam và xem chim cánh cụt phiêu bạt.

Tôi muốn đi đến nơi nhìn thấy thiên nga sà xuống mặt hồ phẳng lặng

Tôi muốn đến nơi nhìn ngắm màu vàng của ánh sáng trên sa mạc chói chang

Tôi muốn đi đến nơi có thời tiết ấm áp vào ban ngày, gió thổi mát rượi vào ban đêm.

Tôi muốn đến nơi những chú cún tung tăng dưới ánh nắng êm đềm

Tôi muốn đi đến nơi những đứa trẻ thích thú để sữa vung vãi lung tung

Tôi muốn đến nơi ngập tràn tiếng cười của đám trẻ vui chơi đầy cảm hứng

Tôi muốn đi đến nơi mà mọi người luôn đoàn kết

Tôi muốn đến nơi chỉ ăn uống giản đơn, không "tạo nét"

Tôi muốn đi đến nơi không thuốc thang, bệnh tật

Tôi muốn đến nơi những cậu thiếu niên lịch sự và chân thật

Tôi muốn đi đến nơi giáo dục được đặt lên hàng đầu

Tôi muốn đến nơi người trẻ tự do trao tình cảm cho nhau

Tôi muốn đi đến nơi mà lòng biết ơn luôn được nhớ

Tôi muốn đến nơi bài kiểm tra và thứ hạng sẽ không còn được tôn thờ

Tôi muốn đi đến nơi ai cũng được tự do, bình đẳng

Tôi muốn đến nơi công việc nào cũng đáng tôn trọng và đối xử công bằng

Tôi muốn đi đến nơi có ngày tháng tươi đẹp và ai cũng có cho mình một gia đình

Tôi muốn đến nơi mà tôi không bị phân biệt bởi màu da và xuất thân, hoàn cảnh

Tôi muốn đi đến nơi mà cơ hội chiến thắng đều được san đều cho tất cả

Tôi muốn đến nơi tôi cứ thoải mái như bản thân mình vốn là

Tôi muốn đi đến nơi tự mình lựa chọn cách mình sống

Tôi muốn đến nơi nhà cao tầng sẽ không hiện diện, chỉ bao quanh bởi bát ngát cánh đồng

Tôi muốn đi đến nơi khu rừng xanh tươi nhộn nhịp với muôn loài muông thú tự do

Tôi muốn đến nơi có buổi dã ngoại đơn giản giữa khung cảnh nên thơ

Tôi muốn đi đến nơi mọi người nhắc nhở nhau bảo vệ môi trường

Tôi muốn đến nơi mọi người đều có gia đình với đầy ắp tình thương

Tôi muốn đi đến nơi mà kẻ xấu đều hồi tâm hướng thiện

Tôi muốn đến nơi mà ác mộng đều hoàn toàn tan biến

Tôi muốn đi đến nơi mà ai cũng được thần linh che chở

Tôi muốn đến giữa đại dương, sống qua ngày trên một cô đảo nhỏ

Tôi muốn đi đến nơi mà tôi có thể thỏa thích ăn những gì mình muốn– thật ấu trĩ

Tôi muốn đến nơi mà tôi có thể nhảy nhót đến nửa đêm mà không ngại gì

Tôi muốn đi đến nơi tôi có thể cùng bọn trẻ thả diều trên cánh đồng quê

Tôi muốn đến nơi nhắm mắt là có thể hòa mình vào thiên nhiên đầy say mê

Tôi muốn đi đến nơi có thể nhìn thấy sự đẹp tươi và trong lành

Tôi muốn đến nơi hạnh phúc sống hết mình cùng những tháng ngày xanh

Tôi muốn đi đến nơi lặng nhìn trời đêm và nguyện ước chân thành...

11. Vũ Điệu

Váy đen, môi đỏ, giày cao gót,
Chuyển động mê hoặc khi nhạc lên cao chót vót.
Những ngôi sao tỏa sáng, chiếu xuống sàn nhà nóng bỏng,
Điệu nhảy thêm ngọt ngào khi nâng gót, xoay hông.

Khiêu vũ là độc đáo, là tự thưởng, là bình yên
Tiếng nhạc kiêu kì bên ánh sáng đan xen.
Có lẽ tôi là một cảnh sát đầy kỷ luật,
Mặt đối mặt, tim kề tim– điệu Tango nghệ thuật!

Âm nhạc du dương, ta muốn hòa làm một,
Thời gian dừng lại, ánh trăng hiền hoảng hốt...
Đôi chân nhịp nhàng, không ngừng bước theo sau
Ta như đắm chìm , đêm dài trôi mau...

12. Cảm Hứng

Cuộc đời bạn như một kho báu cuối đường hầm cần mật mã,

Cứ kiên trì tìm đáp án, những cánh cửa thần kỳ sẽ mở ra.

Cứ kiên định với cách nhìn của riêng mình, để nó trở thành la bàn chỉ hướng

Hãy nhớ phát ra từ trường tích cực, để thu hút mọi sự tán thưởng

Hãy lắng nghe tiếng nói từ đài phát thanh trong tâm hồn

Nếu không, cuộc đời sẽ như bèo trôi, đổ đốn

Sẽ cứ mãi đi sau bóng tối, không thể nào bước ra

Hãy cứ đối đầu, thử thách với các phép thử kiểm tra

Bạn sẽ dần tỏa ra sức hút từ cá tính của riêng mình

Rồi sau đó, hãy nghĩ đến việc đổi thay thế giới hữu hình.

Hãy kiên định tìm kiếm phiên bản tốt nhất của bạn

Để nhận được những phần thưởng tốt hơn, chỉ vì bạn xứng đáng

Vỗ về lấy sự không hoàn hảo, bóng tối vây quanh– rồi sẽ ổn thôi,

Hãy sớm nhận ra, đừng đợi đến khi tâm hồn già cỗi.

Đặt ra nguyên tắc và kiên trì, mạnh mẽ bảo vệ giới hạn cuối,

Chạm đến giới hạn đã cam kết, chính là đã mắc lỗi.

Câu trả lời từ trái tim chính là điều tạo nên sự khác biệt

Đừng để ai hay bất cứ gì phá rối và khiến bạn mỏi mệt.

Công thức cho sự vinh quang cuối cùng chỉ có một,

Cứ bước tới vạch đích đã vẽ, dù bất kể đúng sai

Sự cố chấp này chắc phải trả giá vào một mai.

Cũng có người buông tay, gục ngã trên đường chạy

Vì không một công thức nào đúng với cả hiện tại và tương lai,

Xã hội, gia đình cùng với những áp lực đặt nặng,
Bạn sẽ kiệt sức nhiều hơn, thay vì biết bằng lòng
Hãy tư tìm ra con đường khiến bạn tỏa sáng
Một con đường dẫn đến mơ ước mà bạn mang.
Hãy nghĩ xem, điều gì khiến bạn trở nên sống động?
Theo đuổi nó đi với niềm đam mê từ tận đáy lòng,
Hết mình phấn đấu cho ước mơ sẽ không bao giờ chán chường,
Tiềm thức như một đứa trẻ nhỏ với sức mạnh phi thường,
Nó ảnh hưởng bản ngã sâu sắc đến nỗi ta không thể tưởng,
Kết quả như một kẻ tâm thần nằng nặc đòi đến nhà thương.
Đảo ngược vai trò, từ nắm đằng chuôi, giờ ta nắm đầu lưỡi kiếm,
Nhắm mắt bước đi, chắc chắn thất bại không phải hiếm,
Và cứ luẩn quẩn trong bốn bức tường chính mình dựng xây
Mọi thứ xung quanh sẽ định xem năng lượng của bạn có tràn đầy.
Hãy giải phóng linh hồn và đó chính là chìa khóa bạn cần nắm giữ
Cứ ngỡ đâu xa, chỉ cần nhìn xuống thôi là đủ!
Bạn có thể đang cười tươi hớn hở cũng có thể đang khóc lóc sầu bi
Tiềm thức bên trong sẽ đong đếm điều chỉnh để phù hợp với lí trí
Như một chiếc phong vũ biểu đo đạc được biểu hiện của bản thân.
Mơ ước cần hiện thực hóa, cũng như bạn cần tự đánh thức tiềm năng,
Quá khứ, môi trường, và nền văn hóa vẫn cứ thế mặc định
Lá bài của cuộc đời bạn chỉ dựa vào sức mạnh để định hình.
Nếu quá bất lực và mệt mỏi, hãy dẫm nát tất cả dưới đôi chân trần
Không có gì là vô ý đâu, mọi thứ xảy ra với bạn đều đã được sắp đặt, phong ấn

Nếu không sớm nhận ra, bạn sẽ chỉ mãi biết đổ lỗi cho cuộc đời

Đừng để bị cuốn lấy bởi những thứ viễn vông, hãy bám lấy những thứ bạn thuộc về

Nếu bạn đang đọc đến đây, và thấu hiểu, thì đã biết tại sao bạn lại mỏi mệt thế...

13. Sự Phơi Bày Kép

Tôi đứng dậy và vươn lên, nhưng vẫn có cảm giác như thể mình đang rơi

Tôi bỏ chạy và bỏ chạy, nhưng không thể chạy trốn khỏi tiếng gọi chơi vơi

Tôi viết và cứ viết, niềm vui đơn giản trong trái tim tôi tìm thấy

Tôi vẽ và cứ vẽ, sáng tạo dường như là ràng buộc khiến tôi thấy đủ đầy

Tôi làm việc và làm việc, nhưng cảm giác như tôi đang trượt dài trên vết xe đổ

Tôi dành và dành nhiều thời gian, nhưng tất cả đều như lãng phí thì giờ

Tôi xem và xem nhiều tin tức, và tất cả những gì tôi thấy đều là tiêu cực

Tôi uống và uống đến say mềm, rượu làm tôi chạy trốn ra khỏi hiện thực

Tôi hát và hát vang, âm nhạc mang đến sự đồng cảm và nỗi buồn tan biến

Tôi nhảy và nhảy múa, cơ thể của tôi thuận thế lắc lư theo các bước di chuyển

Tôi hét và hét lên, nhưng không ai có thể nghe thấy, tiếng tôi vang lên trong vô vọng

Tôi cố gắng và tiếp tục cố gắng, nhưng có vẻ tôi đã chọn sẽ phải không?

Tôi đẩy và cố đẩy mạnh, nhưng chẳng dịch chuyển được bất cứ thứ gì

Tôi kéo và kéo lại, nhưng có lẽ tôi vẫn chẳng đạt được chi?

Tôi lên kế hoạch và lên kế hoạch, nhưng tương lai giống như định sẵn thua một trận chiến

Tôi nhìn và nhìn ra cửa sổ, và thấy mọi người bị đối xử không bằng một con kiến

Tôi đuổi theo và mãi đuổi theo tất cả những gì lấp lánh, hóa ra tôi đã sai

Tôi chơi và cứ mãi chơi, một trò chơi ngu ngốc mà kết quả đã được an bài

Tôi quay vòng và quay vòng, và đầu tôi dường như vào ảo giác

Tôi tập trung và tập trung, và cơ thể của tôi trở lại thích nghi

Tôi cứ ăn và ăn, nhưng hố sâu cảm xúc dường như không bao giờ lấp đầy

Tôi cứ mua và mua, nhưng chủ nghĩa vật chất là một sự thỏa mãn không hay

Tôi sống và đang sống, và cuộc sống đang rút cạn nhiệt huyết sáng tạo của tôi

Tôi học và học mãi, cũng không thể hiểu hơn khoa học, ngay cả thuyết tương đối

Tôi huýt sáo và huýt sáo, và cuộc sống thật ngọt ngào khi tôi vui tươi

Tôi ước và mong ước, và khi tôi biết ơn, cuộc sống sẽ luôn tràn ngập điều tươi mới

Tôi đọc và mải miết đọc, và dần dần những ý tưởng hay xuất hiện trong tâm trí

Tôi yêu và cứ yêu, trái tim nhân hậu là khởi nguồn của thứ đam mê diệu kì...

14. Sự Cực Đoan Của Thế Giới Hiện Đại

Một thảm họa về sự vắng bóng đạo đức ở những vùng đất nơi mà những linh hồn đói khát ẩn nấp trong bóng tối cai trị,

Mọi người đâm đầu liều mạng đuổi theo những thứ hào nhoáng, những trò tiêu khiển, xem những trò hề như những kẻ mất trí!

Trẻ em là thiên tài, đó là điều tôi thường được nghe thấy và điều đó trượt dốc kể từ khi chúng đi học,

Văn hóa bão hòa, niềm tin lệch lạc, thói quen được lập trình sẵn, khi lớn lên tất cả đều chìm trong vũng lầy ngang dọc.

Sống trong một thế giới phân cực, cho dù là tốt hay xấu, dù là người chiến thắng hay kẻ thua cuộc: tất cả những gì thấy được đều là sự ngớ ngẩn!

Thế giới vẫn còn nhiều điều tốt đẹp, đều được xem là công cụ lớn : tình yêu, sự đoàn kết và cả lòng trắc ẩn

Nhà độc tài cai trị bằng chính sự nguy hiểm, hống hách và vênh váo, như một phản xạ vô điều kiện,

Không có danh dự nào cho những tên trộm, những kẻ giàu có ích kỉ và những kẻ lộng quyền hiếu chiến.

Các phương tiện truyền thông thiên về những câu chuyện sáo rỗng, để khơi gợi nỗi sợ hãi vô nghĩa,

Điều này khiến cho những tin tức cần biết sớm bị quên lãng và phân chia...

Trả thuế cao cho quân đội và lực lượng vũ trang, đổi lấy sự hy sinh của họ và sự tận tâm,

Người thiểu số, người nhập cư, người già, phụ nữ và trẻ em bị quỷ ám: đến nơi đây hãy rón rén và âm thầm.

Không có nền văn minh nào bị đánh bại từ những trận chiến bên ngoài, chỉ có bởi sự thiếu hiểu biết và mục rữa từ từ,

Bằng sự phá hủy dần dần từ bên trong, sự không khoan dung và chỉ mãi biết trách cứ !

Một thảm họa về sự vắng bóng đạo đức ở những vùng đất nơi mà những linh hồn đói khát ẩn nấp trong bóng tối cai trị,

Mọi người đâm đầu liều mạng đuổi theo những thứ hào nhoáng, những trò tiêu khiển, xem những trò hề như những kẻ mất trí!

15. Hãy Tưởng Tượng

Hãy tưởng tượng xem dải ngân hà vào ban đêm thật huyền ảo và đẹp đẽ như thế nào

Hãy tưởng tượng cách những tia nắng mặt trời vuốt ve làn da và cảm giác thật tuyệt biết bao

Hãy tưởng tượng chạm vào làn nước mát thật trong lành và sảng khoái ra sao

Hãy tưởng tượng làm thế nào trái đất sinh ra cuộc sống tuyệt vời và độc đáo.

Hãy tưởng tượng người lần đầu làm mẹ phải chịu đựng những đêm mất ngủ và biết ơn

Hãy tưởng tượng làm thế nào mà sữa mẹ lại dồi dào và so với thứ khác còn bổ dưỡng hơn

Hãy tưởng tượng một em bé sơ sinh nhắm mắt ngủ say yên bình đến nhường nào

Hãy tưởng tượng một cụ già lom khom đi đứng khó khăn như thế nào

Hãy tưởng tượng xem sự chào đón về nhà của một chú chó thật lười biếng ra sao

Hãy tưởng tượng một bông hoa trong tự nhiên nở rộ thật rực rỡ làm sao

Hãy tưởng tượng đại dương hùng vĩ bao la và hùng mạnh như thế nào

Hãy tưởng tượng không khí chúng ta hít thở thật trong lành

Hãy tưởng tượng sự chia ly một người thân yêu có thể có bao nhiêu đớn đau, bất hạnh.

Hãy tưởng tượng làm sao một cậu bé có thể chạy theo một quả bóng và nghịch ngợm lung tung

Hãy tưởng tượng làm sao một chú chim có thể kiên nhẫn mớm cho đàn con mẫu côn trùng

Hãy tưởng tượng những hành động bồng bột bất chợt của chúng ta thường có thể gây hại ra sao

Hãy tưởng tượng những con cừu bị cắt trụi lông cảm thấy như thế nào

Hãy tưởng tượng làm sao một người lính vất vả đấu tranh ở chiến trường vẫn mãi trung thành

Hãy tưởng tượng những học sinh phải chịu sự tra tấn ra sao trên suốt con đường học hành

Hãy tưởng tượng làm sao một đứa trẻ sinh ra trong nước, bơi vòng quanh như cá ở trong hồ

Hãy tưởng tượng một người thua cuộc sẽ cảm thấy ra sao ở trên đấu trường

Hãy tưởng tượng làm thế nào mà con bò tót trở nên hiếu chiến không chịu nhường

Hãy tưởng tượng cách gen Y sử dụng điện thoại di động như một công cụ không thể thiếu

Hãy tưởng tượng bạn ngớ ngẩn ra sao khi gặp được người mình thầm thương trộm nhớ vào một buổi chiều.

Hãy tưởng tượng một thanh niên yêu đời như thế nào sau khi trở về từ một buổi hò hẹn

Hãy tưởng tượng làm thế nào một bác sĩ vượt qua một ca phẫu thuật kéo dài hơn mười tiếng cho đến khi nỗ lực đó được đáp đền

Hãy tưởng tượng xem dải ngân hà vào ban đêm thật huyền ảo và đẹp đẽ ra sao...

16. Để Chính Mình Được Dẫn Lối

Hãy buông bỏ, thả mình và phó mặc cho những con sóng của đại dương,

Để ngọn sóng nâng bạn lên và đưa đến bạn sự chuyển động muôn hướng

Buông tay, tắt nguồn và giải phóng cảm xúc như buông thả

Để vẻ đẹp thuần khiết, giản đơn tỏa sáng trong thâm tâm cao cả

Có một tấm gương bên ngoài bạn, nhưng những gì nó phản chiếu thực sự là bên trong,

Như đại dương hùng vỹ được thủy triều nâng lên hạ xuống.

Không có sự thật ngoài đó, chỉ có nhận thức thiên vị của cá nhân bạn,

Bạn càng yêu cầu được giải thích, bạn càng nên tự phản ánh sâu sắc hơn.

Bạn tin rằng cuộc sống của bạn xuôi dòng hay đi ngược lại dòng chảy?

Tất cả phụ thuộc vào niềm tin, ý niệm và triết lý bạn giãi bày

Khoảng lặng giữa những dòng suy nghĩ, khoảnh khắc hiện tại chính là chìa khóa

Vượt ra ngoài năm giác quan của bạn, tập trung vào rung động và ánh sáng chan hòa.

Đối với đám đông đồng điệu, bạn cảm thấy ngạc nhiên và hiếu kỳ kỳ,

Đi ngược lại quy luật và chuẩn mực chung , bạn bị coi là một kẻ lập dị .

Gia đình và người lạ đều bảo bạn phải biết thận trọng bước đi, đừng làm càn,

Cùng một biểu cảm họ lên tiếng: "Đó là điều tôi sẽ làm, nếu tôi là bạn".

Phương tiện truyền thông sẽ thao túng suy nghĩ của bạn dễ dàng như trở bàn tay

Những gì cuộc sống sẽ mang lại cho bạn là một đống ngổn ngang phóng đại.

Rất nhiều người với tinh thần rối loạn, trong đầu luôn là một mớ hỗn độn

Họ tự nhiên bước đến bên bạn và vai trò của họ là làm cho cuộc sống bạn đảo lộn.

Những suy nghĩ vẩn vơ trong đầu bạn sẽ giam cầm bạn, một vết thương bị nhiễm trùng,

Nó sẽ tích tụ, cô đọng, bức xúc và dồn nén đến đường cùng!

Cuộc sống có muôn vàn thử thách, vì vậy hãy bắt đầu làm chủ cuộc sống của chính mình

Học những điều mới mẻ, tìm hiểu, phát triển bản thân và tự tìm kiếm sự đồng hành

Làm việc chăm chỉ sẽ được đền đáp – bạn là phiên bản tốt nhất của chính mình , bạn sẽ biết thôi

Bạn hãy luôn nỗ lực để tốt hơn, bạn cần phải hòa nhập với cuộc sống dần trôi.

Có điều gì đó trong trái tim thôi thúc bạn — không thể giải thích được.

Trong sâu thẳm, bạn có thể tưởng như bất lực, nhưng bạn là đại dương hùng vĩ trong đời thực

Bạn sẽ dần dần tìm ra con đường cho riêng mình, để biết rằng bạn luôn được dẫn lối,

Rồi sau này, những gì bạn muốn theo đuổi, sẽ lại tự tìm đến bạn thôi.

17. Hành Trình Cuộc Đời

Bạn chính là người trong cuộc hành trình của người hùng với hàng nghìn sắc thái,

Bạn là người hùng muốn đi du lịch và ngắm nhìn hàng ngàn nơi với bước chân dài.

Hãy tự tin, rút hết sự gan dạ, muốn có được bạn hãy dũng cảm lên,

Có những người được chôn cất ở tuổi bảy mươi nhưng đã chết ở độ tuổi hai mươi đầy ước hẹn.

Cuộc sống sẽ dành ưu ái cho những người sáng tạo và kì lạ

Người làm việc quá sức và người đánh rơi kính: cuộc sống trông như mơ hồ ở phía xa.

Thức dậy, vươn vai và tận hưởng mùi hoa hồng vương vấn

Bước ra khỏi giường để hít thở không khí trong lành, đó chính là đặc ân

Bắt đầu ngày mới với nụ cười luôn nở trên môi và lòng biết ơn vô hạn,

Bạn đến đây với tình yêu và sự ủng hộ của ai đó nên hãy cứ lạc quan.

Sâu thẳm bên trong tâm hồn, luôn có một đứa trẻ ham chơi,

Nếu bạn phớt lờ đi, nó sẽ quậy tung lên và khiến bạn rối bời!

Hãy cứ vô tư hạnh phúc không cần nguyên do, như một cô bé,

Hãy cứ như một cậu bé, chạy nhảy xung quanh một quả bóng một cách vui vẻ.

Các thế lực bên ngoài, thành kiến, sẽ cố hạ gục bạn bằng mọi giá,

Sức mạnh lớn lao bên trong tâm hồn, hãy đứng lên và mạnh mẽ đáp trả.

Hãy để nỗi đau và buồn bã của bạn thiêu rụi trong ngọn lửa hồng

Để cuộc sống của bạn giản đơn và khiêm tốn: ngừng tham vọng !

Hãy cân bằng cuộc sống, hãy hạ mình tạm quên đi cái tôi

Bạn sẽ thấy các giác quan trở nên nhạn bén và mọi thứ đều tốt hơn rồi.

Bắt đầu hành trình chữa lành nội tâm, đối mặt với bóng tối và ma quỷ sâu thẳm bên trong,

Bạn cần phải mạnh mẽ , để linh hồn của bạn đánh gục những con thú trong chiếc lồng.

Để trí tuệ dẫn dắt bạn vượt qua những trở ngại của cuộc sống và theo đuổi chính mình

Không gian đang ở chính là sân tập, nơi để bạn hoàn thành số phận và sứ mệnh.

Sống có kỷ luật, chăm sóc cơ thể lẫn tâm hồn: và hướng đến sự ưu tú, phi thường

Sức mạnh lớn nhất mà bạn đã lãng quên, đó chính là sự kiên cường

Bạn chỉ đến thế giới một lần thôi, hãy chắc rằng mỗi hơi thở đều đáng để bạn tận hưởng,

Hãy sống một đời tốt đẹp và chắc rằng nó sẽ tuyệt hơn những gì bạn tưởng tượng!

18. Hành Trình Dài

Trên hành trình tới Trái đất, chúng ta vượt qua nhiều năm ánh sáng, lỗ đen, cả những ngôi sao lấp lánh – cho đến khi chúng ta thấy được dải ngân hà là điểm đến

Tìm thấy tinh cầu màu xanh và nhẹ nhàng đáp xuống, chọn lấy một gia đình, và cứ thế gắn bó lâu bền...

Các siêu năng lực của chúng ta trở nên vô dụng, và chúng ta không biết đi đâu và về đâu?
Cuộc sống là nhận thức và sự quảng đại từ bên trong; không phải là nghĩ suy những gì bạn hiểu thấu,
Chúng ta hiện diện ở nơi đây, và những gì bạn gặt hái được chính là những gì bạn phấn đấu!

Biết là trong đầu, cảm nhận là ở trong tim nồng ấm.
Chúng nên được cân bằng, và liên kết nhau trong âm thầm !

Trong những năm còn trẻ, chúng ta tiếp xúc với nhiều nền văn hóa, gặp qua nhiều người khác nhau, họ đã dạy chúng ta vô vàn bài học lớn,
Ở từ trong sâu thẳm, chúng ta đang nhận thức về chính mình trong lớp ngụy trang, mơ màng dẫn ta đi về miền xa hơn!

Chúng ta đem câu chuyện cuộc đời mình ra, để nói về những nỗi niềm, những vinh quang và cả những sai lầm, thất bại đầy đau đớn,

Tiếng khóc của trẻ nhỏ, tiếng cười của đàn em thơ, sẽ cho ta năng lượng tích cực để xóa tan đi những tủi hờn!

Chúng ta biết định hướng mục tiêu, theo đuổi những thứ viễn vông là điều không tưởng

Chúng ta bắt đầu nghĩ về những thứ tiêu cực mà cuộc sống đưa ra để thử thách tính kiên cường!

Nhưng đừng quên rằng bạn được tạo nên từ nguồn sáng vô hạn, luôn kiên trì hiện diện trong những khoảnh khắc ngày thường...

Đó là tính hai mặt của cuộc sống, mọi thứ đều có mức độ trái ngược nhau, Bạn có thể phải trả nghiệp chướng, nợ nần kiếp trước bạn gây ra bằng thương đau

Chúng ta đã được lập trình và định sẵn trước khi chúng tôi đến nơi có ý thức này,

Được lấp đầy bởi sự xuất sắc, tài năng và phần thưởng; đây là điều chúng ta cần giữ chặt lấy!

Bạn cảm thấy khó chịu khi sợ hãi, hãy lắng nghe những giọng nói truyền cảm,

Hãy tử tế với chính mình, để bản thân được dũng cảm đưa ra những lựa chọn tham lam!

Xung quanh bạn là một cộng đồng luôn biết sẻ chia và giúp đỡ

Hãy luôn là nơi trú ẩn an toàn của chính mình, phát triển mạnh mẽ và tránh xa nỗi sợ.

Hãy đưa ra quyết định xuất phát từ sự yêu thương chính mình và bảo vệ lòng tự tôn,

Nuôi dưỡng năng khiếu và tài năng, giống như bạn nuôi dưỡng một tâm hồn.

Hãy chấp nhận một số rủi ro, ngoại lệ, vì hạnh phúc không chỉ dựa vào một điều duy nhất còn lại

Vượt lên chính mình và tích lũy những gì bạn có: đó chính là trạng thái tồn tại!

19. Con Đường Ít Đi Qua

Tinh thần con người khát khao điều gì đó nhiều hơn thế,

Nhưng chúng ta đã làm được gì với nạn đói và chiến tranh tồi tệ?

Linh hồn luôn chạm tới sự thật ẩn giấu nằm khuất sau ánh nhìn,

Kẻ mạnh có thể bắt nạt kẻ yếu kể cả khi đó là điều bất bình!

Chúng ta phải tò mò, tìm kiếm và hiểu sâu về quá khứ và lịch sử,

Cũng hãy dành không gian cho những điều kỳ diệu và bí ẩn đến bây giờ.

Sự thúc đẩy cố hữu để khám phá, kết nối với cộng đồng xã hội là điều nên làm,

Những người giống chúng ta, cả những người thích chúng ta đều có cùng một rung cảm!

Người tổn thương lại muốn tổn thương người khác: như ngôi nhà xây vội trên nền cát

Đối mặt với tinh thần rối loạn, các mối quan hệ hao mòn và vượt ra khỏi tầm kiểm soát.

Hòa bình và yên tĩnh, môi trường lành mạnh và tích cực, họ không hiểu!

Nghệ sĩ, nhạc sĩ, nhà thơ, vũ công — những người xem sáng tạo là kì diệu,

Một số khác thích cuộc sống này ở sự tuyến tính và đầy những lý luận,

Họ lãng phí rất nhiều năng lượng, với những lỗ hổng và những cú trượt đầy gian truân.

Thay vì trân trọng hiện tại, họ cố gắng tìm kiếm hình hài của hạnh phúc

Rồi lại hối tiếc vì những điều họ đã đánh mất, còn đâu cái ôm hay nụ hôn đúng lúc!

Con đường đến hạnh phúc rất đơn giản, nhưng đều chọn con đường vòng loanh quanh,

Tự chăm sóc và biết yêu thương, vui vẻ hát ca, đắm mình trong nước ấm trong lành

Cứ tự nhiên đi trên con đường bạn ít khi đi qua

Bạn sẽ hoàn thành những gì bạn đã đặt ra, như biển xanh hùng vĩ và bầu trời bao la ...

20. Thiên Nhiên Và Những Điều Bí Ẩn

Một điều kinh ngạc bởi những gì bạn đem đến cho nhân loại như một nàng thơ,

Khả năng sáng tạo của nhiều người đã không có cơ hội sử dụng đúng chỗ.

Sự hiện diện của bạn như mật hoa đối với một con bướm, thu hút mọi thứ xung quanh,

Những hình hài thiêng liêng trong tự nhiên – tần số rung động bí ẩn và âm thanh...

Nhìn chính mình từ xa để rèn luyện các giác quan,
Dành thời gian cho chính bạn, để biết vẻ đẹp cuộc sống là vô hạn.
Như dáng hình của dòng nước, bạn hiện diện trong nhiều điều đẹp đẽ,
Trong những con thác chảy xiết- dòng sông hiền hòa- trên những ngọn núi oai vệ!

Những nền văn minh nên tôn vinh bạn vì đã giúp cuộc sống trở nên có thể,
Ý chí tự do và sự lựa chọn, đã làm nên sự sống trên hành tinh này.
Mọi người sử dụng sai, hiểu sai và bị đánh lừa bởi sức mạnh to lớn của bạn,
Thật lãng phí khi cố gắng cướp đoạt và phá hủy tất cả những bông hoa của bạn được ban!

Bạn là người giữ cho các hành tinh và các ngôi sao chuyển động theo một trật tự,

Những ngọn núi hùng vĩ và đại dương bao la, vẻ đẹp của thiên nhiên tràn ngập trong từng hơi thở...

Năng lượng và sức mạnh đằng sau là: vô hạn- không có điểm kết thúc dù là xa hay gần,

Ý thức đằng sau là điều ta có thể hiểu được, và phần còn lại mãi luôn là bí ẩn...

21. Biểu Hiện Tình Yêu Và Ước Mơ

Tình yêu của anh dành cho em sẽ vượt qua những ngọn núi hùng vĩ

Tình yêu của anh dành cho em sẽ như đồng xu ném vào những đài phun nước kiêu kì

Tình yêu của anh dành cho em là không thể đo lường được

Tình yêu của anh dành cho em không thể so sánh với bất kỳ kho báu hay niềm ao ước

Tình yêu của anh dành cho em luôn bền bỉ và duyên dáng

Tình yêu của anh dành cho em như chín tháng mười ngày mẹ mang nặng đẻ đau và cáng đáng

Tình yêu của anh dành cho em bất tận như hàng ngàn năm ánh sáng

Tình yêu của anh dành cho em âm thầm sinh sôi như bờ cát bạt ngàn

Tình yêu của anh dành cho em nằm ngoài nghĩ suy, và toan tính

Tình yêu của anh dành cho em bao la như đại dương hữu tình

Tình yêu của anh dành cho em ngọt ngào hơn hoa mật

Tình yêu của anh dành cho em là vĩnh cửu trong từng thời khắc

Tình yêu của an dành cho em như vượt ra khỏi cả thời không

Tình yêu của anh dành cho em điên cuồng như pháp sư đang nhảy múa

Tình yêu của anh dành cho em rất giản đơn, khiêm tốn và chân thật

Tình yêu của anh dành cho em luôn nảy nở và sẽ không bao giờ phai nhạt...

Ước mơ đi du lịch đến tất cả những nơi lạ kỳ

Ước mơ được gặp những gương mặt xinh đẹp và tuyệt mĩ

Ước mơ phá vỡ các quy tắc và bước qua được rào cản

Ước mơ tìm thấy người đặc biệt nào đó và tạo nên một mối tình lãng mạn

Ước mơ được nhìn thấy những vũ điệu độc đáo và chân thực

Ước mơ đóng góp cho các tổ chức từ thiện và tạo phúc

Ước mơ được cho những người thân yêu luôn an yên trong cuộc sống

Ước mơ thấy những con vật dồi dào sinh lực, thích nhìn thấy chúng bước đi chuyển động

Ước mơ được tụ tập và trò chuyện với những người bạn mới

Ước mơ về những nơi xa xôi, nơi cuộc sống trôi nhẹ nhàng, chầm chậm

Ước mơ phát triển bản thân, được tham gia các hội thảo, tọa đàm

Ước mơ về những thói quen thành công, được thực hiện mỗi ngày

Ước mơ của sự sạch sẽ và ngăn nắp: bỏ đi những thứ lộn xộn không hay...

Ước mơ được biết ơn, tràn đầy niềm vui, biết cuộc đời luôn ủng hộ

Ước mơ chứng kiến các thiên hà hút nhau và đụng độ...

22. Sinh Ra Toàn Vẹn Và Hoàn Chỉnh

Bạn được sinh ra toàn vẹn và hoàn chỉnh, nhưng môi trường này làm bạn thấy thiếu khuyết,

Cuộc sống trôi qua thật nhanh, và bạn nhận ra như mình đang ngập trong đống tuyết!

Không có tầm nhìn, sự đồng điệu hay lý do,

Mọi người đều bị mắc kẹt trước màn hình tivi của họ.

Thiên nhiên bị hủy hoại bởi sự thiếu văn hóa và tham lam,

Nhưng chúng ta chỉ gạt nó đi và tiếp tục như những gì đã làm!

Những loài động vật tuyệt chủng, và những loài chim không nơi trú ngụ,

Giáo dục trượt dốc, chương trình giải trí và đồ ăn nhanh tăng lượng tiêu thụ!

Ti vi sẽ xoa dịu tâm hồn, và rượu sẽ khiến tâm trí bạn tê liệt,

Sống một cuộc sống tốt đẹp và là một công dân có trách nhiệm: cũng chẳng có gì khác biệt.

Rượu là thứ miễn phí, có mặt khắp mọi nơi, con đường dẫn đến địa ngục càng thêm dễ dàng!

Mọi người dễ dàng bị điều khiển và phân tâm bởi tiếng còi và tiếng chuông ngân vang.

Lắng nghe, tuân theo chính quyền và thực thi như một người máy,

Khi bạn bắt đầu nổi loạn, bạn đã sẵn sàng cho việc tắt máy và khởi động lại!

Tiêu thụ quá mức đã khiến phương Tây trở nên nổi tiếng với bệnh béo phì,

Xu hướng cho tương lai là mọi người ở khắp mọi nơi chuyển từ các khu vực nông thôn vào các thành thị.

Trong nền y học phương Tây, ngăn ngừa bệnh tật và chữa bệnh cho mọi người, không còn là nhiệm vụ hàng đầu,

Đó là một hệ thống đặt lợi nhuận lên trên hết, nơi các công ty bảo hiểm vạch sẵn ranh giới nghèo- giàu!

Xã hội luôn có những mánh khóe để chơi đùa mà bạn không hay,

Khiến bạn theo cứ mãi đuổi theo, giống như một củ cà rốt treo lơ lửng trên một cây gậy.

Một nhóm người ẩn nấp trong xã hội và nắm quyền kiểm soát

Họ ở đó như vô hình, họ muốn lấy tất cả mọi thứ nằm trong tầm quan sát!

Để tập hợp những người xung quanh và âm thầm thông đồng với họ

Để biện minh cho sự ảo tưởng vật chất không ngừng và không chút đắn đo.

Cứ sau bảy đến mười năm, có một cuộc suy thoái kinh tế bùng nổ,

Những người giàu có lại được nhận phúc lợi- những người khác thì tràn ngập nỗi lo

Đến một lúc nào đó, con người cần phải đưa ra sự lựa chọn,

Bạn sẽ tỉnh dậy và sống với hiện thực hay sẽ tiếp tục bị thôi miên như đang chạy trốn?

Sẽ dễ dàng bị cuốn vào sai lầm khi theo đuổi địa vị xã hội, tiền bạc và danh vọng,

Bị mê đắm bởi thành công của những người xung quanh, hãy áp dụng công thức của họ vào trò chơi của cuộc sống.

Nói với mọi người rằng chúng ta bình đẳng, họ có thể tự nâng mình lên nhờ chiến lợi phẩm, rằng họ tự do, không cần nghi ngại,

Không có nhu cầu thiết yếu và nguồn lực để phát triển, trường học nghèo, kinh tế thiếu thốn: nó giống như một sự tai hại!

Chúng ta bị truyền thông thôi miên, được khuyến khích tiêu thụ những thứ chúng ta không cần, và chẳng vì lý do gì cả,

Bây giờ là lúc để thức dậy khỏi sự ảo tưởng đã cướp đi năng lượng, quyền lực và thì giờ của chúng ta.

Chủ nghĩa tư bản là một hệ thống mà rất nhiều thế hệ đã bị bóc lột, Nó dựa trên các mô hình thực tế lỗi thời, được quảng bá rộng rãi để chúng ta ngây thơ tin tưởng không ngớt!

Đông đảo người dân sống trong sự héo mòn của thể xác và tinh thần bị tổn thương

Nó trở thành một trò chơi mà kẻ bóc lột xem việc bóc lột là chuyện thường!
Từ bao giờ những trò lừa đảo đầu tư lại được tung hô như xu hướng
Những người còn lại phải tự chống đỡ sau khoảng thời gian lầm tưởng.
Sự bóc lột dẫn đến cơ cực, dần dần dẫn đến việc giam giữ hàng loạt,
Hoa Kỳ dẫn đầu bảng xếp hạng, phía sau biểu đồ biết nói, có hơn hai triệu người đứng phía sau chờ định đoạt!

Có một âm mưu điên rồi, để giữ cho dân số bị đàn áp dưới một mớ hỗn độn khổng lồ,

Tư duy suy thoái, học hành tồi tệ, những khu dân cư đầy rẫy bạo lực và tội phạm: tất cả đều có lý do!

Hầu hết những thế lực đen tối này đều rất thông minh, nhưng thiển cận; thứ họ quan tâm là tiền và cổ phiếu, những thứ khác đều không đáng đụng đến tay,

Tin rằng tất cả chúng ta đều được kết nối với nhau từ cùng một cấu trúc của cuộc sống: Đây là tất cả những gì chúng ta được dạy!

23. Bạn Phải Đi Du Lịch!

Thế là, bạn nghĩ câu chuyện cuộc đời mình là sự thật,

Câu chuyện của người khác, bạn xem như vô thực?

Bạn cảm thấy mình trẻ trung và khỏe mạnh và bạn nghĩ rằng cuộc sống thật tuyệt vời,

Bạn nghĩ các hành tinh sẽ thẳng hàng như đàn vịt con nhỏ nhắn lanh lợi?

Đuổi theo những cái bóng của ảo ảnh, từ lúc xuất hiện trên cuộc đời đến khi xuống mồ,

Rất có thể bạn sẽ trở thành một phụ tùng trong cỗ máy: một nô lệ của nền kinh tế mở!

Trừ khi bạn thức dậy với sự thật, còn nếu không hãy tìm kiếm với lòng can đảm,

Đó là cơ hội tốt, là hy vọng để cứu lấy chính mình nếu bạn dám

Cứu lấy bản thân thoát khỏi cuộc sống tù đày, như câu chuyện ngụ ngôn về Hang động của Plato!

Hãy buông bỏ những thứ vô nghĩa, những thói quen có hại và tất cả những gì bạn lắng lo!

Khi còn là một cậu bé, tôi thường hay thả diều để cảm nhận sự tư do,

Tưởng tượng bay bổng trên bầu trời, giống như một con chim đang bay ngược làn gió to,

Tôi cũng nhận ra rằng một con chó liên tục sủa thì không cắn!

Những làn gió mát nhẹ tênh thổi vào cánh đồng bồ công anh tôi đã từng nguyện cầu mong may mắn

Thấy một con đại bàng oai dũng, lao xuống sông, mang theo một con cá.

Tôi muốn đi chơi với những người biết được bí mật nào đó, hoặc cứ một mình ở nơi xa,

Bị đánh gục như một con tàu đã vượt qua mắt bão...

Cuộc sống thật kỳ diệu, bởi vì tôi tin rằng chẳng quá lời là bao!

Đã từng đuổi theo những ảo giác trong sa mạc, và liên tục di chuyển.

Những gì bạn cần là những chuyến du lịch xa và học cách lương thiện,

Thế nên, quan sát cuộc sống của người khác là cách để mở rộng chân trời và tư duy của bạn.

Đi du lịch có thể sẽ khiến bạn hơi tốn kém và khả năng chi trả là có hạn,

Nhưng nó xứng đáng hơn rất nhiều so với số tiền bạn bỏ ra.

Bạn sẽ học được mọi thứ bạn cần trong cuộc sống; bạn sẽ biết cách vượt qua,

Tất cả những gì bạn phải làm là mua một chiếc vé máy bay: bắt đầu bay đi xa....

24. Bài Thơ Kì Diệu

Nếu bạn yêu thích điều gì đó, hãy để nó bay đi, để nó tự do,

Nếu nó quay trở lại với bạn, đây chính là duyên phận vốn có.

Nếu nó bay đi và bạn không bao giờ nhìn thấy nó nữa,

Tận sâu trong trái tim, bạn biết tình yêu đó không phải là dư thừa.

Yêu là một cảm giác, không cách nào lý giải, trong sáng và hạnh phúc như thế,

Nó sẽ cho bạn can đảm, làm những điều tưởng chừng như không thể, .

Yêu không phải nhìn thấy người đó đang ở đâu, mà còn có thể biết họ có thể sẽ đến nơi nào,

Lòng trắc ẩn là khả năng nhìn mọi thứ từ góc độ của người khác, đó là sự chín chắn đầy tự hào!

Tình yêu là năng lượng giữ các hành tinh lơ lửng cùng với nhau,

Nó là lực giữ tất cả các hạt nguyên tử hút nhau như ban đầu.

Bạn có hai lựa chọn trong cuộc sống: can đảm yêu hoặc là nỗi sợ hãi,

Hãy để tình yêu là sự lựa chọn của bạn và dẫn dắt bạn đi đến tương lai.

Tình yêu là một động lực to lớn, mang đến sự phát triển, và sự sáng tạo bất tận,

Sự sợ hãi chỉ có thể mang đến sự suy tàn, trì trệ, và cứ hoài lấn cấn.

Bên trong bạn có hai con sói– bạn muốn sẽ dẫn dắt con nào?

Sự lựa chọn giữa tình yêu hay nỗi sợ, giống như việc bạn chọn nuôi con sói nào.

Có một trường hấp dẫn hợp nhất và kết nối tất cả mọi thứ,

Để hiểu được nó, nghi thức chào đời của loài người có thứ tự.

Bên trong bạn có một tia sáng của hiện tại vĩnh hằng

Biểu hiện bên ngoài hay bản chất bên trong– số người biết được lại ít ỏi, phải chăng?

Điều khó nhất đối với một con người dường như

Là tạo ra một thói quen mới rồi từ từ hấp thụ.

Giữa thế giới bên trong và thế giới bên ngoài, có một sợi dây liên kết thần kì,

Từ thời xa xưa, nó đã khiến con người phải kinh ngạc và các triết gia phải đau đầu tìm ra triết lý.

Đức Phật gọi nó là "Con đường Trung đạo"; Lão Tử gọi là "Đạo đức kinh"; Triết học Hy Lạp gọi là "Tỷ lệ vàng",

Họ hầu như xem ngoại cảnh như một ảo ảnh và nhấn mạnh vào việc tập trung vào thứ bên trong tiềm tàng.

Đó là gốc rễ chung của tất cả các tôn giáo, các học thuyết huyền bí con đường tâm linh,

Nó làm cho một ý thức được nâng cao để đối phó tốt với hiện thực không mấy yên bình.

Những gì bạn đang tìm kiếm trong cuộc sống, cũng sẽ được hoàn thành thông qua sự nỗ lực của chính bạn,

Có một lực đẩy khiến cuộc sống trở nên ý nghĩa và trở thành một vòng tuần hoàn vô hạn.

Những đớn đau sẽ vùi dập bạn, và tầm nhìn của bạn sẽ hướng bạn đi theo,

Hãy chấp nhận những tổn thương, biến cuộc sống tràn ngập những điệu nhảy và tiếng hò reo.

Nỗi đau sẽ đẩy bạn xuống vực thẳm, khiến bạn cảm thấy đây là nơi bạn vốn không thuộc về,

Mặt khác, ảo ảnh sẽ cứ mãi dằn xé bạn như chính nó có thể
Bàn tay của định mệnh đẩy bạn tiến lên phía trước- muốn điều tốt nhất sẽ đến và bạn sẽ thành công,
Chính ý chí tự do và những lựa chọn bạn đã có, sẽ quyết định xem bạn sẽ lên tới đỉnh cao hay lạc vào chốn hư không.
Một sức mạnh cố hữu trong tự nhiên, thích thể hiện những gì bản thân nó có,
Tình yêu và sự nâng niu hiện diện trong từng hạt cát, và từng ngọn cỏ
Dãy Fibonacci lặp lại trong tự nhiên được hiển thị ở mọi nơi để mọi người có thể nhìn thấy,
Vẻ đẹp bí ẩn đầy kinh ngạc và sự cân bằng, được tạo ra bởi nguồn năng lượng vô hình, không ai hay.
Linh hồn bên trong cơ thể là Vô hạn và Vĩnh cửu: bất cứ thứ gì khác đều là ảo ảnh!
Nó sẽ tiếp diễn và kéo dài mãi mãi...... và không có điểm kết thúc kể cả rất mong manh......

25. Nhìn Vào Sâu Hơn Để Nhận Ra

Bạn có đang sống hoàn toàn trọn vẹn, và chân thực từ trái tim?

Hay bạn đang luẩn quẩn trong tâm trí, với những ý tưởng, khái niệm và một âm mưu nhấn chìm?

Bạn có cho phép sự đồng nhất được thiêu rụi trong ngọn lửa ý thức?

Bạn đã dập tắt tiếng ồn bắt nguồn và tỏa ra từ ham muốn cùng cực?

Bạn quên rằng bạn đã được nhào nặn từ thời niên thiếu và sẽ trở thành dáng hình được định sẵn,

Bạn đã chối từ và kìm nén những gì vốn thuộc về bạn để đổi lấy tình yêu và sự đồng tình của người khác– bạn nghĩ thực sự cần?

Đôi khi tự hỏi tại sao cuộc đời lại cho bạn nhiều điều chua, cay, mặn, đắng,

Cũng nhờ vậy, bạn có thể hướng tới sự toàn vẹn, mở rộng và lắng nghe nội tâm tĩnh lặng.

Ngưng nổi bật theo cách của bạn, hãy cứ trung hòa và tiếp tục được yêu mến,

Hãy cố giành lấy sự chấp thuận và đồng tình, nếu không bạn sẽ chẳng thấy được yêu thương nào đáp đền.

Hãy để tình yêu là nơi neo đậu của tâm hồn bạn,

Hãy để lòng trắc ẩn là mục tiêu vô thời hạn.

Một nghệ sĩ sáng tạo có thể nhìn thấy mà không cần sự trợ giúp của năm giác quan,

Họ có thể vẽ, tô màu, đóng kịch, hát, khiêu vũ và chơi đàn.

Đừng mắc kẹt vào sự tuyệt vọng một cách vô ích,

Đó không phải lỗi của bạn: điều đó xảy ra chính là vì não trái kích thích.

Cuộc sống thăng trầm, nhưng đôi khi nó cảm thấy nó phẳng lặng,
Điều đó có giống như khi trái tim ngừng đập và con người chỉ sống bằng lý trí chăng?
Bạn có hàng triệu năm thử nghiệm và sai lầm trong quá trình tiến hóa và phòng thí nghiệm của tự nhiên,
Bạn có thể tạo ra câu chuyện của riêng mình bằng một sức mạnh đang ngủ yên.

Hãy tẩy sạch những lớp da chết– cũng như những gì không còn hoạt động
Một thái độ biết ơn sẽ chữa lành tâm hồn trong năm dài tháng rộng...

26. Luyên Thuyên Về Chính Trị Và Cuộc Sống Hiện Đại

Các phương tiện truyền thông đầy rẫy sự bóp méo và đưa thông tin sai lệch, Điều đó làm cho quần chúng đuổi theo những bóng ma ảo tưởng, thất vọng và lo lắng chênh vênh.

Những đứa trẻ của lớn lên từ quỹ hỗ trợ trở nên tự ái, như những người ngớ ngẩn trong xã hội,

Tiếp quản nơi từng là lãnh địa của các nhà tu hành và các hiền nhân thông thái rong chơi.

Pháp sư nhập tâm nhảy múa, búp bê hình nộm lủng lẳng, kéo theo tiếng gọi của đàn sói,

Làm tất cả những gì có thể cho cộng đồng để thanh lọc tâm hồn hướng đến niềm vui mới.

Bạn không thể sống một cuộc đời trọn vẹn nếu bạn không chấp nhận đối mặt với cái chết!

Bởi thế, tôi không nói đến thuốc giảm đau hay thuốc phiện vì nó không cần thiết.

Chúng tôi luôn hướng tới những người can đảm vượt qua nghịch cảnh, Đó là một nguyên mẫu sâu trong tiềm thức, đó là hành trình của những người anh hùng dũng mãnh.

Nơi chúng ta đã đến giống như một sân tập,

Trải qua thử thách, khổ nạn, thức tỉnh, thăng thiên và siêu việt...

Chúng ta thường cho quân đội bằng tiền thuế của mình, chi tiêu ít hơn cho giáo dục và trường học,

Chúng ta có nút bấm hủy diệt, nằm trong tay của những kẻ độc tài ngu ngốc.

Trên TV, có rất nhiều chuyên gia cùng với bộ não thông thái- tất cả đều ngoài tầm với,

Họ dung nạp lên đến một phần trăm sáng kiến, và họ vẫn nghĩ rằng nó không nhiều.

Nghèo đói sinh ra nghèo đói, và một vòng luẩn quẩn của sự túng quẫn như mắc kẹt trong mê cung,

Tất cả những gì còn lại đối với họ là sống với hy vọng, rằng một ngày nào đó họ sẽ trở nên giàu có và thoát ra khỏi sự khốn cùng.

Los Angeles, nơi tôi sống, tồn tại một ranh giới rất rõ ràng giữa khu nhà giàu hoa lệ và khu nhà nghèo đổ nát chán chường,

Thế hệ này qua thế hệ khác bị mắc kẹt, chỉ nhìn bề ngoài thì nó có thể giống như một thành phố thịnh vượng.

Các vùng dân tộc thiểu số bị chia cắt, nguồn tài nguyên khan hiếm- thất nghiệp và nghèo đói cùng cực

Sự thiếu hiểu biết và nghèo đói là loại bạo lực tồi tệ nhất được gây ra trong thế giới thực

Bạn có biết rằng Chủ nghĩa tư bản cuối cùng dẫn đến hệ quả cá lớn nuốt cá bé,

Sau khi sản lượng của nhà máy đạt mức ổn định, sẽ đổ lỗi cho Chủ nghĩa xã hội khi không có ai mua những thứ giá rẻ

Hôm trước nghe ai đó nói, nếu bạn đang ở trong một cái hố, hãy ngừng đào đi!

Nếu bạn bị mắc kẹt trong cát lún, ngừng di chuyển và hãy tìm cách để nổi lên đi

Nếu bạn lạc lối trong cuộc sống, hãy dừng lại và thay đổi hướng đi,

Nếu bạn được nuôi dạy để chỉ để biết những gì có lợi cho mình — hãy bắt đầu cho đi!

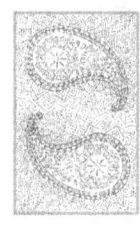

27. Khi Cô Ấy Khiêu Vũ

Cô ấy khiêu vũ như một con chim bay lượn trong không gian,

Một loạt vũ đạo liên tục, tuyệt vời và duyên dáng đến ngỡ ngàng!

Một bức tranh khảm tuyệt đẹp với những màu sắc rực rỡ như trong kính vạn hoa,

Được hiện diện trên một dáng hình di chuyển thanh lịch, một khí chất âm thầm lan tỏa.

Bạn có thể thấy tình yêu tỏa sáng trên gương mặt nhỏ nhắn và ánh mắt đượm tình,

Trong thế giới này, cô đã tìm thấy định mệnh, mục tiêu và vị trí của chính mình.

Phù hợp với một vẻ đẹp đi liền với sức sống và tuổi trẻ,

Chức năng của sáng tạo là kết hợp một sức mạnh lớn lao và một vẻ đẹp đê mê!

Những đường cong của cô ấy như một con đường uốn quanh đầy mạnh mẽ,

Bất cứ khi nào cô ấy khiêu vũ, vẻ đẹp và sự sang trọng cũng đều rõ ràng như thế!

Những bước chân của cô ấy, thật độc đáo và thật nổi bật;

Không một ai có thể ngăn được ánh mắt chân thật!

Cuộc sống giống như khiêu vũ; một đi trước và một theo sau.

Mỗi người đều có một thời điểm để tỏa sáng, giống như một nhu cầu.

Nhiệm vụ của người dẫn đầu rất nặng nhọc, phải khiến họ đoàn kết và luôn đồng hành,

Khi nút thắt lỏng lẻo được gắn chặt với nhau- chúng được kết nối- vũ điệu đã hoàn thành.

28. Người Tinh Khôn (Homo Sapiens)

Này Người tinh khôn, bạn bị làm sao thế?

Tại sao bạn quên mất những gì xảy ra với bạn đều luôn đúng và đều có thể?

Có hai sức mạnh chính dẫn dắt bạn trong cuộc sống: đó là tình yêu và sự sợ hãi,

Hãy để tình yêu dẫn lối bạn– tập trung vào nó– giống như mũi của một ngọn giáo đã được mài.

Bạn không đến thế giới này chỉ để biến mất vào một ngày nào đó,

Có vẻ như bạn cứ hoài sống trong sợ hãi... cuộc sống đang ngày càng méo mó.

Đúng vậy, từ thuở ban sơ, bạn đã sợ động vật hoang dã và sấm chớp vang trời

Bạn đã không học hỏi và thay đổi bản thân, ngay tại thời điểm mà mọi thứ đang diễn ra trong cuộc đời?

Tại sao sự vô cảm đối với khí hậu, nạn phá rừng, bất bình đẳng và lòng tham kinh tế luôn tồn tại?

Nhiều người đã giác ngộ trước một bước, cố gắng đưa bạn vào con đường đúng đắn, khiến bạn cảm thấy như được sống trở lại!

Bạn không tách biệt với các sinh vật khác, nhưng bạn cảm thấy chính mình đặc biệt bằng cách nào đó ,

Hãy quay về với giác quan của bạn, quay về với sự thật ban sơ– hãy làm điều đó ngay bây giờ!

Sự thật là luôn giản đơn và hiện hữu ở khắp nơi trong tầm mắt tinh anh

Được làm bằng các hạt nhỏ, rung động xung quanh

Đến nhờ năng lượng của ánh sáng và âm thanh

Không cần phải bước đi trên mặt nước lênh đênh

Trên mặt đất, chỉ cần bước hai chân bước đồng hành...

29. Đôi Chút Về Cuộc Sống Của Tôi

Tôi tin tưởng trái tim mình hơn lý trí, và trái tim này chưa bao giờ khiến tôi lạc lối,

Lý trí có thể chi phối, thúc đẩy trái tim và khiến nó có đôi chút bối rối.

Ở trường, tôi rất sáng tạo, môn học mà tôi không thể chịu được là toán học, Tôi nhắm bước đi trong cuộc đời, vấp ngã, ngược xuôi trên những con đường ngang dọc..

Khi còn là một cậu bé, một món đồ chơi xe tải mang lại cho tôi niềm vui vô bờ,

Khi tôi đã trở thành một cậu bé mười hai tuổi, tất cả những ký ức đó đã phai mờ.

Ở tuổi đó tôi cảm thấy cô đơn, cảm thấy một người để ý đến mình cũng không có,

Ở trong một trường nội trú ở độ tuổi trẻ như vậy, có một sự phức tạp riêng của nó.

Tôi thấy thế giới là một nơi đáng sợ, và vào ban đêm tôi thường trốn bên dưới lớp vỏ bọc,

Khi còn trẻ, tôi đã bối rối và thử trải nghiệm yêu đương để tránh đi sự cô độc.

Ngày tháng trôi qua, ở trường đại học, tôi học các lớp biệt ngữ,

Làm việc chăm chỉ để kiếm sống, và cuộc sống không đơn thuần là một món hời có thể nắm giữ.

Vào cuối những năm hai mươi của mình, tôi đã đi du lịch khắp thế giới, và tâm trí của tôi buộc phải mở rộng ra,

Tôi học được nhiều điều mà trường học không thể dạy tôi- thiên nhiên và sự chiêm nghiệm đã dẫn dắt tôi trên bước đường xa,

Khi lớn lên, tôi như muốn trở thành một điều gì đó,

Một người lính của vật chất, một kẻ du hành của số phận... một người quan sát nhạy bén về những điều xảy ra.

Tôi muốn đi chơi với những người biết được bí mật nào đó, hoặc cứ một mình ở nơi xa,

Bị đánh gục như một con tàu đã vượt qua mắt bão...

Cuộc sống thật kỳ diệu, bởi vì tôi tin rằng chẳng quá lời là bao!

Đã từng đuổi theo những ảo giác trong sa mạc, và liên tục di chuyển.

Cuộc sống có thể là một vùng bãi mìn, giống như chạy vào một tòa nhà đang bốc cháy đầy nguy hiểm,

Một người bạn thân luôn lắng nghe và không phán xét là điều tôi ao ước nhất.

Đắm mình và hoàn toàn bị mê hoặc trong những luật lệ của trò chơi vô nghĩa,

Nhiều năm đã trôi qua, và tôi cảm thấy mình đã kết thúc như một con kền kền bị cắt tỉa.

Tôi đã từng vượt qua giờ cao điểm và biến nó thành thì giờ hạnh phúc của mình,

Để làm tê liệt bản thân khỏi một công việc nhàm chán, đây là cách tôi mạnh mẽ trong yên bình

Tôi đã cố gắng kiếm thật nhiều tiền, thành công để gây ấn tượng với những người tôi thậm chí không thích,

Tôi muốn được nhìn thấy trong một chiếc xe hơi sang trọng, không phải trên một chiếc xe đạp len lỏi trên đường phố chật ních!

Làm việc không ngừng nghỉ, máu, mồ hôi và nước mắt đã rơi; cho đến khi đôi mắt tôi ngập trong nợ nần,

Nó giống như một quả cầu sắt bị xích vào mắt cá chân, biến tôi thành một nô lệ– chỉ có cái chết mới có thể cắt đứt món nợ hồng trần.

Cách đây không lâu, tôi đã dành bảy tháng để nghỉ phép,

Đó là một khoảng thời gian tuyệt vời và thật tươi đẹp.

Giờ đây, tôi đã biến hình và phát triển thành một người du mục kỹ thuật số,

Cuộc sống thật tốt và thật hạnh phúc biết bao vì tôi đã làm được điều đó.

Nó đã mở ra cho tôi những chân trời và không gian mới, nó khiến tôi mở rộng tầm mắt của mình,

Và rồi tôi có thể nhìn xuyên qua làn khói trắng và gương mờ, dối trá và cả những ảo tưởng chênh vênh.

Tôi thấy mình có rất nhiều cuộc tự đối thoại tiêu cực, giống như có một điệp viên bí mật trú ngụ bên trong,

Nó trở nên rõ ràng như pha lê, khiến tôi nhận ra, đó là những khía cạnh của tôi mà tôi khinh thường và bỏ trống.

Nếu tình cờ, tôi làm tốt, thì sẽ mặc định rằng tôi chính là một kẻ mạo danh lừa đảo,

Khi tôi cảm thấy mình không xứng đáng với điều đó– ẩn mình trong phòng tập Yoga và niệm chú Om...

30. Hãy Tử Tế

Đối với tất cả chúng sinh đang sống, hãy tử tế,

Hãy cảm nhận nó trong trái tim bạn, không chỉ là một khái niệm trong tâm trí

Trao tình yêu cho những người vô tội, trẻ em, động vật và thiên nhiên,

Điều đó sẽ làm cho bạn cảm thấy tuyệt vời từ tận đáy lòng, tâm hồn bạn

giống như được thôi miên!

Bạn có thể nghĩ, cho một vài đô la, sẽ chẳng thay đổi được gì cả,

Nhưng cho đi, tấm lòng bạn sẽ rộng mở, tâm hồn sẽ được phóng thả...

Bỏ ra một vài đô la, sẽ không làm bạn nghèo đi,

Nhưng nó sẽ mang lại ý nghĩa mới cho cuộc sống của bạn, như được tiếp

thêm năng lượng diệu kì!

Tôi biết chỉ có số ít người sẽ cho đi với lòng biết ơn vô hạn,

Nhưng nếu bát của bạn đã đầy, hãy cho đi phần còn thừa, và

Chúa sẽ luôn ban phước cho bạn!

31. Không Gian Lặng Im Của Bạn

Hãy để cho nỗi sợ hãi và những giọt nước mắt là thứ dạy bạn trở thành một chiến binh!

Để nỗi lo trong quá khứ, những sự hối tiếc đã qua — tất cả đều biến mất lặng thinh...

Hãy gạt đi cái tôi, và tất cả những nỗi sợ hãi của bạn,
Hãy để một phần trong bạn tỏa sáng, đó là điều khôn ngoan vượt qua năm tháng.

Hãy để những lỗ hổng trở thành siêu năng lực của bạn,
Hãy để mặc cảm, xấu hổ và tội lỗi, đi xuống cống sau cơn mưa rào buổi sáng...

Nâng cao nhận thức và ý thức đến cảnh giới cao nhất của tình yêu ấy,
Nguyên mẫu những câu chuyện cổ tích đều lấy từ đâu đó nơi đây.

Bên trong đi đúng hướng, bên ngoài sẽ tự khắc theo sau,
"Hạnh phúc đến từ bên trong", không hề sáo rỗng, đó là trí tuệ thâm sâu.
Trong lĩnh vực lượng tử – lĩnh vực mà ở đó trí tưởng tượng là vua,
Ý thức là cơ bản, nó là nền tảng để mọi thứ chất chứa...

Các nhà hiền triết và thông thái của thế giới cổ đại huy hoàng,
Có thể biến những đau khổ trong cuộc sống, giống như đổi chì thành vàng.
Khả năng phản hồi từ một tầm nhìn sâu sắc bên trong,
Không xuất hiện từ một nhận thức đau thương.

Ngôn ngữ bạn sử dụng, giống như phần mềm hoạt động xác định hiện thực,

Cuối cùng, điều đó quyết định số phận, giá trị và đạo đức.

Đôi khi trải qua đau đớn sẽ là xây dựng tính cách riêng,
Thế giới là một sân khấu kịch, và bạn ở trong đó chính là một diễn viên.

Một tấm gương phản chiếu, không phán xét, lên án hay phàn nàn,
Đó là cái tôi, một bản thân nhỏ bé... muốn bị đổ lỗi và phủ nhận.

Không phải ai cũng muốn chơi cùng một trò chơi với cùng một quả bóng,
Cách tiếp cận cuộc sống khác nhau, một kích thước không phù hợp với toàn bộ số đông.

Đơn giản hóa, giảm thiểu, sắp xếp hợp lý, thu nhỏ, vứt bỏ sự lộn xộn vào thùng rác vùi chôn,
Cuộc sống của bạn sẽ trở nên viên mãn hơn và số dư tài khoản ngân hàng sẽ nhiều hơn.

Đó là giá trị bạn mang đến cho thế giới, vào các mối quan hệ và vào thị trường chung vô hạn,
Bạn yêu thích nó, nó sẽ dễ dàng đến với bạn, bạn hoàn hảo với nó, nó sẽ tự khắc hiện diện, là khoảng lặng trong bạn...

Hãy luôn nhớ rằng những gì bạn yêu thích là những gì bạn trao quyền,
Những gì bạn trao quyền, bạn hãy dành thời gian để thu hút và trải nghiệm
Cho phép đi vào bản thể của bạn, cái tốt, cái đẹp và sự thật phơi bày!
Hãy để bản thân phát triển từ bên trong, để bạn có thể dựng xây...

Đừng sợ lão hóa, hãy vui vẻ và hạnh phúc cho dù bạn ở độ tuổi nào,
Nhận ra rằng bạn là một trong những người may mắn, đừng nghĩ rằng đó là điều xa lạ trong chiêm bao!

32. Bài Thơ Trữ Tình Gửi Đến Nữ Thần Gaia

Tôi khao khát được hợp nhất với nữ thần, và khiêu vũ

Bay qua các mặt phẳng, và cả thời không siêu việt

Sự hiện diện của nó khiến những con thú hoang mất đi sự thống trị và tự kiêu

Nơi nguồn sáng tạo thể hiện sức mạnh và sự hồn nhiên

Sự phun trào của núi lửa, mắt bão, năng lượng của đại dương xuất hiện

Bướm và ong, hoa và mật... tương tác như trong một mối tình lãng mạn, bình yên

Vẻ đẹp mãnh liệt, ai cũng phải ngước nhìn

Lao vào cực lạc và sung sướng... ta phải chớp lấy cơ hội thần tiên

Để khôi phục lại "nàng thơ", khôi phục lại sự cân bằng tự nhiên

Tôi khao khát được hợp nhất với nữ thần, và khiêu vũ...

33. Ý Thức Lượng Tử

Thực tế đã bị bẻ cong bởi quá trình bình thường hóa sự kỳ lạ,

Ý thức chung đã tuyệt chủng, Quy tắc Vàng bị phủ nhận... sự đồng cảm và hợp tác đã hoàn toàn biến xa.

Mọi người xung quanh tập trung vào NASDAQ, chính trị và chỉ số chứng khoán trên thương trường,

Tâm trí tôi du hành thời gian, tôn vinh Ishtar, nữ thần tình yêu và dục vọng- nữ hoàng thiên đường.

Đa số được lập trình cho sự bất hòa về nhận thức, và sống cuộc sống của họ chìm trong im lặng, tuyệt vọng,

Sống cuộc sống giả tạo và cuộc sống của người khác, giống như sự tự sát dần dần trong sự cô lập trầm trọng.

Người lao động bỏ đi, rồi lại quay lại làm việc, tiền lương của họ không thay đổi trong nhiều thập kỷ so với lạm phát,

Người giàu tích trữ tiền của họ trong các thiên đường thuế nước ngoài, và vung tiền trong xa hoa lãng phí.

Hầu hết mọi người đều tuân theo quy luật: sinh con, làm việc và thanh toán các hóa đơn,

Để có được một cuộc sống đỡ chật vật; họ phải đánh đổi năng lượng, thì giờ, kỹ năng và có khi là hơn.

Tôi hiểu rằng tôi đến hành tinh này chủ yếu để nghỉ ngơi và tận hưởng,

Thay vì bị tra tấn từ năm này qua năm khác để học lấy một nghề nghiệp để có lương.

Được kiểm soát về mặt tinh thần từ khi sinh ra đến khi chết, đến mức bạn sẽ không nhận ra điều gì đang xảy ra,

Thức tỉnh và thoát ra khỏi cơ chế kiểm soát này, sống tự do trong ánh sáng là điều khó khăn, như một thử thách của chúng ta.

Quảng cáo thay đổi hành vi của bạn, điều khiển thông qua hình ảnh và âm thanh,

Tự nguyện giam mình, chắp tay sau lưng: trói chặt không thể tránh.

Các phương tiện truyền thông khiến bạn luôn sợ hãi, chênh vênh,

Làm làm công ăn lương, im lặng với một đống nợ; hãy giải trí và uống một cốc bia lạnh.

Bạn sẽ sống trong một môi trường quen thuộc, bị thôi miên, được thương mại hóa,

Nghiện chủ nghĩa vật chất, cạnh tranh với gia đình Jones để giành giật, và rồi thời gian trôi qua.

Sự lôi kéo đến từ mọi góc độ, như giáo dục, tôn giáo và truyền thống,

Tỉnh dậy với điều này là rất khó, ai cũng muốn trung thành với truyền bá liên tiếp không ngừng.

Không có một tầm nhìn rõ ràng, một định hướng trong cuộc sống ... một cuộc sống không được khám phá là một cuộc sống không có giá trị,

Những quyền lực đó, khiến bạn bị ràng buộc bởi nợ nần — tiêu hao năng lượng của bạn vào việc cho đi!

Bạn có cơ hội học hỏi từ những bài học trong cuộc sống, hay chúng chỉ đơn giản là những lời chúc phúc,

Bản ngã sẽ ngụy trang thành đức hạnh — giữ bạn ở nguyên trạng — tránh xa sự khám phá hiện trong hiện thưc.

Cố gắng phù hợp với khuôn mẫu được xây dựng bởi kỳ vọng của người khác, nguyên nhân thất vọng, để lại cho chúng tôi hy vọng duy nhất, Uống thuốc để làm tê liệt cơn đau, tự điều trị bằng rượu hoặc ma túy — chỉ để đối phó và quên đi sự thật.

Hệ thống có sẵn được gian lận theo mọi cách để có lợi cho sức mạnh, nguồn lực tốt, được kết nối tốt với sự khoa trương,

Nền dân chủ bị lật đổ, các chính trị gia nhìn thấy một thiểu số nhỏ ủng hộ họ bằng những khoản hối lộ khổng lồ và chơi trò chơi bành trướng...

Phần còn lại của dân số được bán hàng rào trắng, truyện cổ tích, vé số và Giấc mơ Mỹ,

Sự thiếu hiểu biết tràn lan, hệ thống giáo dục bị phá vỡ, bị thao túng để bỏ phiếu chống lại tư lợi của chính họ: sẽ khiến bạn muốn hét lên khinh bỉ!

Để tìm ra giải pháp, hãy trở thành một thám tử, đi sâu xuống cội nguồn cuộc sống và kiểm tra gốc rễ,

Những chuyên gia được gọi là những mảnh rời rạc, một số mất trí và chỉ đặt một chất hỗ trợ tạm thời vào những chồi xanh non trẻ.

Bức màn ảo tưởng cần được phơi bày và nâng cao tinh thần,

Tự do có nhiều dạng khác nhau, và ý chí tự do phải được giải phóng dần dần.

Mọi thứ là Ý thức, và Ý thức là mọi thứ,

Trọng tâm và nhấn mạnh là "đang"...đang không làm hoặc đang có.

Đó là tất cả ảnh ba chiều và Fractal, những phần nhỏ đại diện cho toàn bộ,

Bạn chính là người quan sát và xác định kết quả — đó là cách bạn thoát ra khỏi hố thỏ...

Thực tế là những gì bạn hình dung trong đầu, là những gì bạn tin tưởng,

Ý tưởng, quan điểm và niềm tin của người khác có thể tìm thấy trong tâm trí bạn: chúng có thể bị đánh lạc hướng.

Bạn phải làm cho những tiếng ồn ào trở nên im lặng, những tiếng nói bên trong tâm trí,

Cho phép và đón nhận tầm nhìn bên trong, nó luôn ở đó: ngay cả khi người ta bị khiếm thị.

Bạn là người quan sát, người tạo ra thực tại của riêng bạn, không phải suy nghĩ, cũng không phải cơ thể vật chất,

Chúng chỉ là những phương tiện tạm thời để sử dụng, và chúng sẽ sớm biến mất...

Làm thế nào để bạn thoát ra khỏi Maya, ma trận bóng tối?

Đây là một cách để hiểu về Cơ học lượng tử.

Phục vụ người khác, điều quan trọng nhất; không chỉ là: "có gì trong đó cho tôi?"

Hiện hữu, không chỉ là đang làm và đang có – là nơi dòng chảy năng lượng nên tập trung.

Ý thức xuyên qua bạn, với tư cách là chính bạn, trong không gian và thời gian lưng chừng,

Bạn nâng cao ý thức, nâng cao nhận thức của bạn và bắt đầu thực hiện cuộc leo núi.

Thời gian là phù du, như làn gió bay đi kéo theo cát bụi,

Tôi nghe thấy sự tự do — âm thanh của thiên nhiên — những con vật hoang dã...

Trò chơi ghép hình của cuộc sống, các mảnh ghép được tinh chỉnh, được khớp nối với tất cả,

Một thiết kế thần thánh, liên với mọi thứ khác, cân bằng với nhau.

Ở bậc cao hơn của cuộc sống, có một trí thông minh bẩm sinh tiềm ẩn ... một năng lượng khác biệt quý báu,

Điều đó cho chúng ta động lực, định hướng trong cuộc sống và thúc đẩy chúng ta đi theo con đường của chính mình tự phấn đấu...

34. Xin Chào, Lữ Khách

Xin chào bạn đồng hành, tôi biết bạn rất mệt mỏi sau một chặng đường dài, Bạn đã làm việc chăm chỉ trong nhiều năm như vậy, vậy mà bạn vẫn bị sa thải?

Công ty đóng cửa hàng và chuyển đi đến một nơi khác,
Nơi mà mọi người thiếu các nhu cầu cơ bản, làm việc cả ngày kiếm từng xu, vì họ rất hà khắc.

Bạn đã mua cho mình một ngôi nhà nhỏ với hàng rào bằng thép gai và chuyển đến ở cùng vợ con,

Khoản thế chấp đang lởn vởn trên đầu bạn như một chiếc dây thừng treo lơ lửng, bạn cảm thấy công ty đã giở trò khiến cuộc sống bạn khó khăn hơn?

Tại sao họ đối xử với bạn như một kẻ ăn xin trong tuyệt vọng và không có sự lựa chọn?

Tại sao họ lại đối xử với bạn như một người không xứng đáng được vẹn tròn?

Bạn chạy xung quanh rất khó khăn, không phải sao?

Bạn chưa làm xong, đang cố gắng hỗ trợ đồng nghiệp của mình để bắt kịp tiến độ, không phải sao?

Bạn vẫn chưa làm xong các học thuyết và cảm thấy sợ hãi, xấu hổ và hổ thẹn sao?

Bạn vẫn chưa cố gắng giữ cho đầu mình luôn ở trên mặt nước sao?

Bạn không tin rằng tất cả những điều quanh bạn đã lớn lên, đó không phải là sự thật sao?

Bạn không phải đã xong việc làm chung với mọi người, gắn bó với họ như keo sơn sao?

Bạn không cảm thấy buồn, chán nản, ảm đạm và sầu bi sao?

Bạn không lo lắng về những gì người khác nghĩ về bạn sao?

Bạn đã hoàn toàn cảm thấy cho dù bạn có như thế nào, thì cũng không đủ, không phải sao?

Bạn không cảm thấy cho dù có chống lại ai, bạn vẫn không đủ cứng rắn sao?

Chẳng phải bạn đã tiếp tục câu chuyện cuộc đời mình như một kỷ lục bị phá vỡ lặp đi lặp lại sao?

Có phải trong bộ phim truyền hình về chính cuộc đời mình bạn vừa đóng một vai nhỏ?

Bạn đã làm xong chưa đó?

35. Jane Doe

Khi cô ấy sinh ra, khuôn mặt của cô ấy rực rỡ như một ngàn ngôi sao lấp lánh,

Vài năm sau, cô đầy nghi ngờ, với những vết thương và vết sẹo muốn trốn tránh.

Cô sinh ra trong sự khiêm tốn, nhưng lớn lên trở thành một công chúa chiến binh,

Cô ấy tràn đầy năng lượng, là một người với tinh thần xuất chúng, tiếp xúc với sự thật sâu sắc hơn của chính mình.

Cô ấy thông minh sắc sảo, khôn ngoan lanh lợi, không tuân theo hệ thống hay quy trình nào,

Cô đã tự mình đi theo con đường của mình trong và không cần theo bất kỳ vị vua hay hoàng tử nào.

Phong thái của cô ấy giống như một liều thuốc tiên – một loại thuốc ma thuật bí ẩn, mạnh mẽ,

Vẻ đẹp và thần thái của cô ấy giống như tia nắng mặt trời xuyên qua tán lá, như sóng biển vỗ về...

Một cảm giác về chuyển động nhẹ nhàng, vẻ đẹp thuần khiết và sự duyên dáng,

Thời gian như ngừng trôi... có một khoảng lặng bên trong... bất chấp sự ồn ào của thế giới mà cô ấy sẽ phải cáng đáng.

Cô ấy đã quên mất, cô ấy với mưa, bão và sấm sét như là một,

Điều kiện xung quanh khiến cô ấy cảm thấy giống như hạn hán, đói kém và lũ lụt.

Cô ấy quên mất rằng mình đã được chọn đóng một vai trong trò chơi mô phỏng hình ảnh ba chiều,

Đó là cô ấy đã chọn cha mẹ, anh chị em, nơi sinh, tên và tất cả mọi điều.

Một ngày đến khi cô tỉnh dậy và cô biết mình thực sự là ai,

Cô ấy nhìn lên dải ngân hà và thầm cảm ơn những ngôi sao vô tận...

36. Mong Đợi Điều Bất Ngờ

Sự thật sẽ giải phóng bạn. Nhưng, trước khi tỉnh dậy, sự thật là một mục tiêu di động,

Bạn cần phải tò mò và mời gọi để họ cởi mở và tiết lộ bí mật của mình trong cuộc sống.

Nó phản trực giác, vì trực giác của bạn đã bị ảnh hưởng bởi phong cách sống hiện đại kể từ khi sinh ra,

Chánh niệm, thiền định và biểu hiện đã được thay thế bằng logic và bị ném xuống đống bụ bẩn xa xa.

Một số người trở nên vô hình, tương lai bọc một lớp vỏ của chính họ: như một bóng ma,

Niềm đam mê cuộc sống giảm dần – nụ cười chuyển sang cau mày – niềm đam mê và tính nhân văn bỗng trở nên xa lạ.

Tôi không làm tốt với những người luôn theo đuổi mục tiêu, những người có cuộc sống như một cuộc chiến,

Không bao giờ bằng lòng với những gì họ có, phương châm của họ là cao hơn, lớn hơn và không có đường biên...

Họ luôn chạy theo mọi thứ, cố gắng thu hẹp khoảng cách thành tích,

Họ quá bận rộn để ngửi hương hoa, để yêu đương... không có thời gian để tìm kiếm niềm vui thích.

Bạn làm cho bản ngã mạnh mẽ hơn, có nhiều kẻ thù hơn, chiến đấu dài lâu

Ý thức tập thể được chuyển từ hai cực đối lập nhau.

Khi bạn xin lỗi, bạn giải phóng năng lượng của mình khỏi một mạng lưới trừng phạt bản thân và trả giá,

Bạn giải phóng bản thân khỏi trò chơi tự hủy hoại và thống trị của bản ngã.

Bạn giải phóng bản thân khỏi nguồn năng lượng khiến bạn gặp khó khăn, mất phương hướng,

Cho đến khi nó được chấp nhận và thoát ra– bạn tuyệt đối đừng nhân nhượng!

Bạn biết cuộc sống muốn mang bạn ra để khoe khoang và trưng bày,

Muốn bạn ra ngoài vui vẻ, cười thật nhiều và chơi đùa ngày qua ngày...

Cuộc sống đang đối xử với bạn như thế nào, có phải nỗi sợ hãi và bất an đang kéo bạn xuống?

Hay bạn đang vui vẻ và hạnh phúc, nhảy lên như một chút hề vì vui sướng?

Làm cho cuộc sống của bạn tươi đẹp, giống như một kiệt tác nghệ thuật,

Có tầm nhìn, định hướng, để nó không bị sụp xuống hay đổ lật...

Trầm cảm hút khô tâm hồn bạn, khiến bạn chỉ còn lại vỏ bọc bên ngoài trống rỗng,

Sẽ kéo bản thân bạn đi xuống, cuộc sống sẽ không bao giờ trở nên tốt đẹp, xanh trong.

Cuộc sống không chỉ có hai màu đen và trắng — ở giữa đó là một trăm mảng màu xám tro,

Dành không gian cho các phiên bản bất ngờ, nhiều sắc thái mà bạn mong muốn xuất hiện tự do.

Tầm nhìn của bạn sẽ là sức mạnh kéo bạn về phía trước, khiến bạn nhìn thấy bức tranh toàn cảnh,

Bạn không ở trong cuộc đời này trong một buổi diễn thử trang phục — mà là trong một bộ phim bom tấn hoành tráng...

Thủy triều sẽ nâng tất cả các thuyền lên, và thuyền của bạn cũng thế thôi,

Nếu bạn có một lỗ hổng trên của bạn — nó sẽ chìm và không thể nổi!

Năm người bạn vây quanh mình ... đó là mặc cảm hay sự nổi tiếng bất đắc dĩ,

Những người này sẽ nâng bạn lên, chạm đến tầm nhận thức của họ, sẽ làm cho cuộc sống trở nên ngọt ngào hoặc gây ra khó khăn và sầu bi.

Tính cách và nhân phẩm của bạn thay đổi theo thời gian, tạo ra thực tế cá nhân

Bạn đưa ra quyết định bao nhiêu và nhanh như thế nào- sẽ làm tăng thêm sức lôi cuốn của bạn.

Niềm đam mê là tất cả của bạn, đó là tất cả những gì bạn mong muốn, Mục đích của bạn là trao tặng những món quà cho thế giới, đốt cháy niềm đam mê và không chạy trốn...

Bạn là một nhà máy điện, một máy phát năng lượng với điện áp cao,

Đi hết sức mình, đừng rơi khỏi vách đá: nhưng hãy đi đến tận mép vực lao đao.

Thành công không có nghĩa là thừa thải- cuộc sống xa hoa ngày càng nhiều, Muốn và có được ngày càng nhiều hơn, sẽ làm tê liệt và an thần bạn đến tận cốt lõi.

Bất cứ ai và những gì bạn cho phép ở bong bóng cá nhân của mình,

Có thể biến cuộc sống của bạn thành một đống đổ nát đầy kịch tính.

Đang làm gì vậy, muốn đuổi ma trong sương mù vây mờ?

Bạn sẽ gặp nhiều trở ngại, ý chí hành động tích cực của bạn sẽ bị cản trở...

Hãy sống cuộc sống của bạn, giống như những lời cầu nguyện của bạn đã được đáp lại,

Như thể bạn đã đến được tương lai.

Hãy tưởng tượng một cuộc sống khiến bạn hạnh phúc, viên mãn và giúp bạn được đi xa,

Hãy chắc chắn rằng ước mơ của bạn đủ lớn: đừng dối trá!

Hãy nhớ rằng, thời gian là có hạn — và ai biết được bạn sẽ sống được bao lâu...

Có phẩm chất độc đáo đó trong bạn, khi được thể hiện sẽ cứu bạn ra khỏi âu sầu,

Những món quà mà bạn có, nếu không được thể hiện hoặc bị bỏ quên; sẽ bắt đầu tiêu diệt bạn, giống như một con dao.

Hoặc là bạn bị phiên bản của người khác vượt qua, khiến bạn khổ sở và đớn đau,

Hoặc bạn bị kìm lại bởi tầm nhìn sâu bên trong của chính mình, ngay cả khi nó đi ngược lại.

Năng lượng của bạn sẽ được chuyển hóa, tập trung tia laser như đầu mũi tên,

Nó sẽ dẫn lối và đưa bạn đến những mong muốn cốt lõi của bạn- mà bạn đã hình dung cho ngày mai.

Đi ngược lại quy ước, những niềm tin lỗi thời, trở thành một kẻ ngoại lai,

Ý thức về các giá trị nhận thức sâu thẳm trong trái tim bạn: biết bạn thực sự mong muốn điều gì, biết được đúng sai.

Trở thành một người được đánh giá cao, một nhà lãnh đạo: Alpha trong nhóm của bạn,

Tài nguyên sẽ đến với bạn dễ dàng hơn, một miếng bánh lớn hơn để cắn.

Hãy để tương lai tự dẫn dắt con đường của bạn... hãy tưởng tượng xem bản thân bạn sẽ như thế nào với những thay đổi ,

Thực hiện tất cả các hành động cần thiết mà bạn đã ghi trên lịch của mình và hãy biết từ chối!

Mỗi người trong chúng ta đều có những câu chuyện cá nhân của riêng mình về sự thiếu thốn và hạn chế,

Chúng tạo ra những rào cản trước mặt chúng ta và ngăn cản chúng ta thể hiện bản thân hết mức có thể.

Bạn không được chọn phép màu, nhưng phép màu có thể chọn bạn đi cùng,

Khi bạn cởi mở và tiếp thu, bạn sẽ biết rằng điều này là đúng!

Sợ những điều bạn không hiểu, là tinh thần phản nghịch,

Bị khóa bên trong, và chìa khóa bị vứt bỏ: ngồi trong nhà tù bốn bức tường, không mục đích.

Những gì bạn đánh giá cao, nhiều lần như thế, sẽ đổi lại một lần đánh giá cao bạn để đáp đền,

Nếu thái độ biết ơn bị thiếu mất: ngay cả những gì bạn có, tất cả sẽ tiêu tan hết ......

37. Bạn Tự Nhủ Điều Gì?

Bạn tự nhủ điều gì khi bạn chỉ ở một mình và không có ai dõi theo?

Bạn tự nhủ điều gì khi nhìn vào gương và thoáng thấy một linh hồn khô héo?

Bạn tự nhủ điều gì khi công việc bạn đang làm thật nhàm chán và đơn điệu?

Bạn tự nhủ điều gì khi còn trẻ và nhìn thấy những người khác giàu có và kênh kiệu?

Bạn tự nhủ điều gì khi các phương tiện truyền thông đang công kích bạn bằng những lời nói dối phóng đại và tiêu cực?

Bạn tự nhủ điều gì khi muốn kết giao với những người tốt và có cuộc sống sung túc?

Bạn tự nhủ điều gì khi biết rằng tầm nhìn là thứ không có ở số đông?

Bạn tự nhủ điều gì khi ném bom những người dân vô tội ở những vùng đất xa xôi là một chiến lược và một nhiệm vụ quốc phòng?

Bạn tự nhủ điều gì khi nữ giới bị chà đạp, bị cách ly và nam giới ngày một tăng lên?

Bạn tự nhủ điều gì khi những gì loài người làm bị gọi là bất hợp pháp, những người yếu thế trong xã hội bị quỷ ám và những bức tường được dựng nên?

Bạn tự nhủ điều gì khi thấy thế giới trở nên độc tài?

Bạn tự nhủ điều gì khi đức tin mù quáng và Chủ nghĩa quốc xã chui ra từ bóng tối và chủng tộc thượng đẳng được phơi bày?

Bạn tự nhủ điều gì khi học ở trường nội trú trong 9 năm mà cảm giác như bị giam cầm sau song sắt?

Bạn tự nhủ khi phải mất nhiều năm dài trong những mối quan hệ thất bại, bản thân phải mạnh mẽ thế nào để chữa lành các vết cắt?

Bạn tự nhủ điều gì khi ở tuổi đôi mươi và đi du lịch đến những vùng đất xa xôi?

Bạn tự nhủ điều gì khi mọi người thấy bạn để tóc dài và cho rằng bạn bán dope và chơi guitar trong các ban nhạc rock and roll?

Bạn tự nhủ điều gì khi ở độ tuổi ba mươi, cảm thấy bản thân luôn không may mắn và cuộc sống không công bằng?

Bạn tự nhủ điều gì khi gia đình và bạn bè của bạn nghĩ rằng bạn rất ích kỉ và bạn chỉ không quan tâm hay lo lắng?

Bạn tự nhủ điều gì khi học xong đại học và lấy bằng?

Bạn tự nhủ điều gì khi dạy nghệ thuật ở các trường công lập trong mười năm, và ngã gục trong sự căng thẳng?

Bạn tự nhủ điều gì khi đi ngược lại chuẩn mực của xã hội và cảm thấy hạnh phúc khi độc thân?

Bạn tự nhủ điều gì khi biết mình là người hướng nội và không thích thì thầm trong các bữa tiệc, không quá háo hức hòa nhập và kết thân?

Bạn tự nhủ điều gì khi nói chuyện với những người trẻ tuổi và nói cho họ biết họ sẽ phải đón nhận một thế giới rắc rối như thế nào?

Bạn tự nhủ điều gì khi họ hỏi liệu các cơ hội trong tương lai sẽ do AI tiếp quản, hay vẫn dựa trên thành tích như ngày nào?

Bạn tự nhủ điều gì khi đứng trên đỉnh núi và hét lên, và tất cả những gì bạn nghe thấy là âm thanh của tiếng vọng lại?

Bạn tự nhủ điều gì khi có sự suy thoái khí hậu, sự tuyệt chủng của động vật và môi trường bị tàn phá và đốt cháy?

Bạn tự nhủ điều gì khi tất cả những gì bạn có được để cảm thấy được trao quyền bốn năm một lần là cơ hội bỏ phiếu bầu cử?

Bạn tự nhủ điều gì khi các chính trị gia và chính phủ xem nhẹ trí thông minh của bạn và xem bạn như một con dê để đối xử?

Bạn tự nhủ điều gì khi gặp khó khăn, cố gắng làm hết sức mình, nhưng vẫn thiếu bản lĩnh?

Bạn tự nhủ điều gì khi cảm thấy cạn kiệt năng lượng vướng mắc trong những điều vô nghĩa và bạn vẫn bị bản ngã điều khiển?

Bạn tự nhủ điều gì khi quan sát các quốc gia, dân tộc, tôn giáo thuộc các phe khác nhau và quyết chiến sống còn?

Bạn tự nhủ điều gì khi nhìn thấy những người chăm chỉ vô tội bị tế ở bàn thờ như cừu non?

Bạn tự nhủ điều gì khi nhận ra rằng không có quá khứ hay tương lai thực sự?

Bạn tự nhủ điều gì khi tất cả những gì bạn cần trong thời điểm hiện tại là sự sáng tạo mà bạn muốn nuôi dưỡng từ từ?

Bạn tự nhủ điều gì khi nhìn lên các vì sao trong thiên hà vào ban đêm nhấp nháy?

Bạn tự nhủ điều gì khi chứng kiến một con cú trong chuồng lướt xuống trong im lặng và bắt một con mồi trong khi bay?

Bạn tự nhủ điều gì khi ong chết hàng loạt, nhưng chúng ta chưa thể lấy đủ mật ngọt được?

Bạn tự nhủ điều gì khi lớn lên, bạn được dạy dỗ để đuổi theo tiền bạc, địa vị và quyền lực?

Bạn tự nhủ điều gì khi cảm thấy xung quanh mình là sự hỗn loạn, những lời đàm tiếu và đổ lỗi?

Bạn tự nhủ điều gì khi lớn lên ở những vùng đất xa xôi ... bị bao vây bởi những kẻ bắt nạt, lạm dụng bằng cả thể chất và lời nói?

Bạn tự nhủ điều gì khi sinh ra, bạn chỉ được mang cho mình một gia đình cố định, một

môi trường sinh sống và một cái tên?

Bạn tự nhủ điều gì khi ở tuổi ngũ tuần và nhận ra rằng tất cả những điều này chỉ là một trò chơi giả tưởng tự tạo nên?

Bạn tự nhủ điều gì khi mục đích sống cao nhất của bạn chỉ là được làm chính mình và được tự do?

Bạn tự nhủ điều gì khi tất cả những gì bạn muốn là trở thành phiên bản tốt nhất của chính mình, mang một món quà đến với thế giới và hoàn thành số phận mà bạn có? ......

38. Hãy Đập Tan Ảo Tưởng Và Phá Vỡ Nó!

Trong những ngày này, sự trau dồi đã trở thành tất cả những gì về tôi, tôi, tôi!

Những người tìm kiếm sự nổi tiếng và địa vị với nhân cách giả, sẽ làm bất cứ điều gì để được chú ý với một tâm thái nóng vội.

Quan sát, nhiều người muốn có vẻ ngoài đẹp, khỏe mạnh và cân đối,
Đuổi theo suối nguồn của tuổi trẻ, nhưng rất ít người sở hữu được nó trong đời.

Mọi sự chú ý và tập trung đều đổ dồn vào những thứ trên bề mặt, mọi thứ dường như đều hướng ra bên ngoài,
Nhiều phụ nữ mang ngực giả, môi sưng húp, tiêm Botox, phẫu thuật thẩm mỹ miệt mài...
Vẻ đẹp bị bắt làm con tin, khuất phục trước định kiến,
Tính thẩm mỹ được đưa ra để "hình thức theo sau chức năng": đó là sai lầm hiển nhiên!

Có rất nhiều câu chuyện ngoài kia trong bối cảnh văn hóa hiện đại,
Những chiếc mặt nạ hàng ngày của mọi người đã sờn rách, nhân vật đang tìm lối thoát khỏi những thứ vật chất gây nghiện lâu dài.
Nơi hòa bình hy sinh vì dân tộc và lòng yêu nước,
Tư duy điềm tĩnh và hợp lý đã nhường chỗ cho tâm lý đám đông và chủ nghĩa bộ lạc đến trước!

Tất cả mọi thứ đều được bán, ngay cả nhân phẩm, linh hồn, cơ thể trở thành một thây ma,
Nơi mà sự rõ ràng về mục đích, tầm nhìn bên trong, ý thức chung đều biến mất... mắt thường không thể nhìn ra.

Làm việc chăm chỉ cả ngày lẫn đêm, tất cả chỉ để kiếm sống, đã trở thành vận mệnh,
Trong một thế giới bị chia cắt, có những người mà chúng ta ngưỡng mộ nhất với tầm vóc vĩ đại, như Gandhi và Martin Luther King.

Đuổi theo những bóng ma trong gương chiếu hậu, tưởng tượng bạn sẽ làm được vào một ngày nào đó,
Nhiều năm đã trôi qua, tất cả chỉ là khói sương và gương mờ: hãy đập tan ảo tưởng và phá vỡ nó! Hãy đập tan ảo tưởng và phá vỡ nó! Hãy đập tan ảo tưởng và phá vỡ nó!

39. Là Một Doanh Nhân

Tạo dựng nền kinh tế của riêng bạn, công việc kinh doanh của riêng bạn, trở thành một doanh nhân,

Nếu bạn đánh đổi kỹ năng và thời gian của mình để lấy tiền– bạn sẽ sống cả đời ngập đầu trong đống phân!

Các khoản đầu tư của bạn sẽ sinh lời và mang lại cho bạn cổ tức khi bạn ngủ,

Số tiền khó kiếm được của bạn sẽ được cộng lại đúng lúc– không phải cho bất cứ ai– lợi nhuận mà bạn nên giữ.

Những gì mọi người đang thực sự phấn đấu là trạng thái nội tâm sâu sắc của Toàn vẹn và Hiện hữu,

Đó có thể là hòa bình, niềm vui, tình yêu, tự do, sự viên mãn… không liên quan gì đến việc đang làm hay thứ đang sở hữu!

Hầu hết các doanh nhân đều tập trung vào việc học hỏi và sử dụng công nghệ mới,

Thay vào đó, những gì họ nên tập trung vào là tìm hiểu càng nhiều càng tốt về tâm lý con người.

Công nghệ sẽ tiếp tục thay đổi theo thời gian; những gì bạn biết sẽ giúp ích ngay lập tức,

Tiến hóa là một quá trình rất chậm; tâm lý con người gần như không thay đổi vàliên tục.

Bạn cần trở thành một Nhà giả kim hiện đại, biến chì thành vàng, thứ vô hình thành thứ hữu hình,

Làm những điều kì diệu với sự cam kết và nhất quán, cho thế giới thấy những gì có thể quyết định.

Sẽ đến lúc bạn được làm công việc của mình, được truyền cảm hứng trong trạng thái thoải mái và chơi đùa,

Mọi người yêu thích những gì bạn cho họ, và họ sẽ ném kho báu dưới chân bạn và trả tiền dư thừa.

Ngoài ra còn có những niềm tin phổ quát, cụ thể cho một số nền văn hóa và chuẩn mực nhất định,

Chúng hoạt động như một thỏa thuận lớn hơn cho thực tế, nơi khả năng dừng lại và sự lừa dối được hình thành.

Bạn muốn thấy sự thay đổi và giải quyết các vấn đề của chính mình, nhưng chúng thường vẫn còn nguyên vẹn,

Để phá vỡ những thỏa thuận này, bạn sẽ phải thoát ra khỏi tâm lý bị dồn nén!

Niềm tin đã ăn sâu và cảm thấy giống như những câu thần chú ma thuật thôi miên,

Chúng ẩn rất sâu trong tâm hồn và hoạt động giống như tiếng huýt sáo và tiếng chuông của chú chó ngoan hiền.

Một trong những phép thuật thôi miên là chúng ta tách biệt khỏi những điều tốt đẹp của mình; phải có được nó, đạt được nó hoặc thu hút nó: tôi dám nói, chẳng sợ chi,

Đây là một lời nói dối để ngăn nhiều người không có khả năng, tin tưởng nghe theo và không hề hoài nghi điều gì.

Một câu thần chú thôi miên khác là tiền bạc và mọi thứ là của cải – điều đó không hề đúng đâu!

Những gì hầu hết mọi người chạy theo không phải là những gì họ thực sự muốn, và nó làm cho cuộc sống trở nên chua chát và đớn đau.

May mắn và sự đồng bộ là những tác dụng phụ tích cực được trở thành năng lượng của bạn,

Bạn là ai, bạn làm gì, bạn có những gì gì, tất cả đều nằm trong sự liên kết và sức mạnh.

Vùng xám là nơi bạn tìm thấy sự phức tạp, tính nhân văn, cũng là nơi bạn tìm thấy sự thật,

Nếu tầm nhìn không kéo bạn lên được thì cuộc sống sẽ khiến bạn đau đớn, nó sẽ cho bạn chiếc lều bạt.

Bạn cần phải tinh ý và tìm xem: điểm mù của bạn ở đâu?

Hãy chịu trách nhiệm hoàn toàn với bản thân; Hãy chắc chắn rằng mọi thứ đều từ bạn mà bắt đầu!

Ảnh hưởng của bạn đối với người khác, là đơn vị "tiền tệ" có giá trị nhất của bạn,

Nếu bạn không bị tầm nhìn bên trong lôi kéo, hãy nhận ra rằng bạn có mắt, nhưng thị lực có hạn!

Khi bạn yêu thích những gì bạn làm, cuộc sống dường như ý nghĩa hơn rất nhiều,

Ý tưởng về công việc biến mất, và bạn có những trải nghiệm tuyệt đẹp mĩ miều!

Công việc giống như một thử thách hay giả như một trò chơi bạn đang chơi, Luôn tìm kiếm công việc mà bạn yêu thích và hướng tới một công việc cho bạn cảm giác như thế trong cuộc đời.

Không có ý nghĩa gì khi dành phần lớn thời gian thức dậy của chúng ta tại nơi làm việc chỉ để kiếm sống,

Như thế, chúng ta sẽ phải tiếp tục một cuộc sống, nơi chúng ta dành phần lớn thời gian để vùi đầu vào công việc như mớ bòng bong.

Hãy thoát ra khỏi suy nghĩ của một nhân viên, làm việc mệt mỏi, năm ngày một tuần, từ sáng đến tối tại nơi làm việc

Điều này khiến hầu hết mọi người trở thành nô lệ cho hoàn cảnh của họ, trong chế độ sinh tồn, quên mất cách phát triển.

Bạn mạnh đến mức nào phụ thuộc vào mắt xích yếu nhất ở trong chuỗi thức ăn của bạn,

Kiến thức và sự khôn ngoan mà bạn theo đuổi– bạn đầu tư vào– là những gì bạn thực sự thu được dần dần.

Bạn không thể nắm quyền quản lý trong không gian và thời gian này, đó những gì bạn không thể đo lường,

Điều này sẽ cho bạn biết khi bạn sắp tìm thấy kho báu mà mình được thưởng.

Cách bạn giao tiếp là chìa khóa và cũng điều kỳ diệu mà chính bạn tạo ra,

Giải pháp có giá trị hơn cả số tiền bạn đang trả phí hay số tiền bạn kiếm ra.

Bạn đang bán một kết quả, không phải đánh đổi bằng thời gian hoặc kỹ năng,

Bạn ở đó để giải quyết những mong muốn cháy bỏng sâu sắc của khách hàng, không chỉ để thanh toán các hóa đơn dài dằng dặc!

Ngừng bán thông tin và hãy bắt đầu bán sự chuyển đổi,

Khách hàng của bạn đang tìm kiếm sự thay đổi và một giải pháp định hướng giá trị hợp thời.

Bạn cần có khả năng giải quyết các vấn đề lớn, sau đó bạn sẽ chính là người mà họ sẽ đuổi theo vì cần thiết,

Thân mật đánh bại uy quyền, biết mà không làm, có nghĩa là không biết.

Khi bạn bỏ ra nhiều hơn, bạn thu hút được khách hàng, bạn bắt đầu xây dựng đội nhóm của riêng mình,

Họ đã thích và tin tưởng bạn, muốn theo dõi bạn và không cần hối lộ bất chính.

Một nhà vô địch trong nghệ thuật sống, không phân biệt công việc hay vui chơi,

Không có sự khác biệt giữa giáo dục và giải trí, lao động và nghỉ ngơi.

Đơn giản chỉ cần theo đuổi sự xuất sắc đối với bất cứ điều gì bạn đang làm, kể cả những điều bé tí,

Đối với những người khác, bạn cảm thấy thoải mái và hài lòng: việc còn lại để họ xác định xem bạn đang làm việc hay giải trí?

40. Thế Giới Hư Cấu

Chúng ta đang sống trong một thế giới hư cấu, được tạo nên từ những câu chuyện thần thoại, truyền thuyết,

Tìm kiếm ánh sáng trong nữ giới; nam giới theo đuổi mục tiêu, thành tích và vinh quang quyết liệt.

Năng lượng của đàn ông tìm cách xác thực thông qua giải pháp,

Năng lượng của phụ nữ tìm cách kết nối thông qua biểu hiện để giải đáp.

Chúng ta đang sống với một hệ thống giáo dục: tuyến tính, phân mảnh và xa lạ,...

Những người dễ bị tổn thương sống trong các dự án, nhà ở giá rẻ, trải dài các dãy nhà!

Những người thiểu số, được gọi là "tầng lớp vô dụng", bị gạt ra ngoài lề xã hội: được giữ lại đằng sau những thanh chắn và ổ khóa...

Sự sùng bái nhân cách, những nhà lãnh đạo giả mạo, những cái đầu biết nói, những gã lang băm như nhau,

Họ dẫn chúng tôi đến vực thẳm, rất nhiều thời gian lãng phí ở vực sâu.

Tư duy kỳ diệu hay thực tế khó khăn?

Khoa học và tâm linh, không nên có hai phe để thêm băn khoăn.

Một cách tiếp cận toàn diện là rất quan trọng ... chúng nên được tập hợp lại với nhau,

Thu hẹp khoảng cách giữa chúng, và sau đó đối với mọi người, điều đó sẽ trở nên quan trọng dài lâu.

Công việc của truyền thông là truyền bá, gieo rắc nỗi sợ hãi: kẻ giết người trong sự vô ý!

Có thể cuộc sống xảy ra với bạn khi bạn còn trẻ, giống như một bộ phim tâm lý kinh dị?

Truyền thông không phải là một thực thể, để có thể phân tích thông tin không thiên vị,

Thay vào đó, họ muốn tác động và kiểm soát, và họ gây ra tình trạng tê liệt một cách cố ý.

Dành thời gian ngồi trước màn hình sẽ khiến tâm hồn bạn mỏi mệt, hao gầy,

Đó là câu châm ngôn về củ cà rốt treo lủng lẳng trên một cây gậy!

Sự thịnh vượng về tài chính và một cuộc sống tuyệt vời mà chúng ta muốn sống,

Là những mục tiêu khi hợp tác chúng ta đều có thể đạt được một cách thành công.

Chấp nhận rủi ro, phạm sai lầm, linh hoạt, nhanh nhẹn và đi xa hơn,

Giải độc, loại bỏ phiền nhiễu và làm cho nó thực sự giản đơn.

Kỳ vọng là gốc rễ của mọi sự thất vọng,

Tình yêu vô điều kiện là chìa khóa cho sức khỏe, sự giàu có và sự đủ đầy trong cuộc sống

Sự phức tạp sẽ cướp đi hành động của bạn; nó tạo ra khả năng chống đối,

Đôi khi mớ hỗn độn sẽ trở thành thông điệp của bạn, và thông điệp của bạn trở thành sự cứu rỗi!

Tính cách phản ánh hiện thực cá nhân của bạn,

Bạn không đạt được những gì bạn muốn, thứ bạn có chính là con người của bạn trong thực tế trong thực tế hữu hạn.

Hãy để nguồn cảm hứng dẫn lối và thúc đẩy bạn, đồng thời là câu trả lời cho sự lên tiếng của bạn,

Sự nghi ngờ bản thân và sự tự hủy hoại bản thân sẽ luôn gây ra hậu quả không thể đoán.

Tạo không gian trong cuộc sống của bạn cho sự kích thích... ma thuật trong điều bất ngờ cần giải đáp,

Đơn giản hóa cuộc sống của bạn — sắp xếp hợp lý mọi thứ và thoát ra khỏi đống bùn phức tạp.

Theo độ tuổi của bạn, bạn đã đạt đến một số loại cảm xúc trưởng thành chưa?

Hay bạn đang bị mắc kẹt trong sự an toàn, sự đảm bảo do sự tưởng tượng mang đến đưa?

Tạo động lực, đi ra ngoài, đưa nó vào thực tế: ngay cả khi bạn không có manh mối,

Điều gì đó vui vẻ và thú vị mà chỉ có bạn mới được động tới.

Thế giới là con hàu to lớn khổng lồ của riêng bạn, vì vậy hãy để viên ngọc trai trong đó tỏa sáng và lấp lánh,

Mở quà tặng của bạn ra cho cả thế giới thấy... ngày mai xin hãy đừng trốn tránh....

41. Thế Lưỡng Nan Của Rapper

Cảm thấy mất kết nối với cuộc sống… không có gì để làm, không có nơi nào để đi,

Đi theo đám đông như bầy cừu đến lò sát sinh — chạy trốn khỏi sự thật như một kẻ bị ruồng bỏ đầy tự ti!

Tôi biết đó là thời điểm bắt đầu sa ngã: nhà tù, rượu chè, tình dục, băng đảng, ma túy, Hip-Hop, Rock 'n Roll…

Sống vô thức trong thời hiện đại, trở thành bia đỡ đạn cho "The Man",

Chỉ tập trung vào bề mặt, vẻ ngoài của bạn như thế nào, bạn uống gì, bạn đi chơi với ai: tất cả những gì bạn muốn là trở nên rám đen?

Nhịp sống mát mẻ ở đâu, khiêu vũ, âm nhạc, vui vẻ ở đâu dung túng?

Không có nền chính trị gây chia rẽ nào, không có cách nói ẩn dụ nào khác ngoài "đứng dưới họng súng!"

Hầu hết những người trẻ tuổi đều vỡ mộng và chỉ muốn tiệc tùng,

Quên mất về sóng âm thanh hài hòa, hình học thiêng liêng tạo dựng.

Đầu hàng theo dòng chảy của cuộc sống, hoàn toàn chấp nhận– để bạn có thể bắt đầu một cuộc sống thực sự,

Muốn có và lấy nhiều hơn, "nhiều hơn" cũng giống như cái chết – bây giờ hãy bắt đầu cho đi!

Những thông điệp cao siêu, những bản ghi âm bí mật, được giới truyền thông lập trình mỗi ngày,

Như khiến bạn chạy trên chế độ lái tự động– một nô lệ của hệ thống– từ khi sinh ra đến khi chết... bạn sẽ nói gì với cuộc sống này?

Linh hồn, cơ thể và tâm trí của bạn, bị chiếm đoạt bởi suy thoái kinh tế, sự lừa dối của phương tiện truyền thông và sự truyền bá văn hóa...
Người ta nghĩ rằng kháng cự với nó là vô ích; nhiều người dừng lại và từ bỏ cuộc chiến: loài vật có trí tuệ nhân tạo này rất tham ăn.
Người đi giữa chúng ta là thây ma và được mã hóa: đây là sự trở lại của Cỗ máy, được lặp lại hai lần!

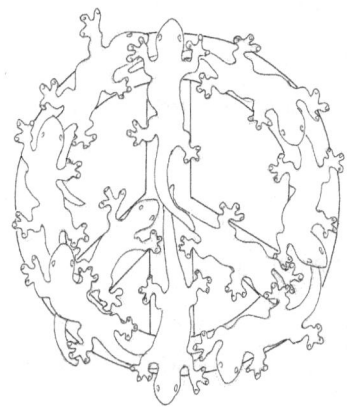

42. Nơi Ngọn Gió Hoang Vu Thổi

Trước đây, tôi có cảm giác như mình đang chạy, luôn di chuyển đi xa,

Đi về phía những ngọn gió hoang vu thổi qua.

Nhưng bây giờ tôi đang làm mọi thứ thật chậm, khoan thai sải bước tiến,

Cho hạt giống đi sâu hơn vào đất, để nó thể hiện bản chất độc nhất và phát triển.

Hãy để lòng biết ơn và tình yêu của bạn được trân trọng, hãy để chiếc cốc của bạn tràn đầy sự an yên!

Vẻ đẹp, sự hoàn hảo và sự kỳ diệu trong vũ trụ; khi là con người, có sự rối rắm và hỗn loạn,

Chủ nghĩa hoàn hảo là kẻ thù – nỗi sợ hãi ẩn giấu như đức hạnh – nó giết chết tâm hồn hao mòn.

Bạn sẽ trải qua nhiều giai đoạn phát triển, một điều không đổi trong cuộc sống chính là sự thay đổi,

Tiềm thức của bạn mặc nhiên sẽ phá hoại sự thay đổi, những bực bội sẽ khiến bạn muốn co rúm người lại vào trong bóng tối.

Đối với tiềm thức, sự thay đổi giống như một phần của bạn đang chết dần chết mòn; đây là thứ mà bạn sẽ bỏ qua,

Nó sẽ làm mọi thứ để đưa bạn trở lại quá khứ, là khi giai đoạn phát triển kết thúc đã xa.

Bạn cần phát triển từ bên trong với tư cách là một con người– khi bạn trưởng thành– mọi thứ xung quanh bạn cũng phát triển,

Bạn là người sáng tạo, xây dựng cuộc sống của chính bạn; bạn quyết định sống trên thiên đường Trái đất hoặc chọn một cuộc sống không mấy bình yên.

Đừng dốc hết sức lực để theo đuổi tiền bạc, đó có thể là một người đầy tớ hèn mọn hoặc một tay sai vặt ác độc,

Tiền bạc là khái niệm bạn cần phải hình dung sớm, nếu không cuộc sống của bạn sẽ rất kịch tính như chơi tàu lượn siêu tốc.

Đó là một khái niệm, năng lượng, để được quyến rũ, được kết thân: bạn cần phải nắm bắt và thấu hiểu,

Tiền có thể giống như một con mèo: nó phải có được sự tin tưởng của bạn để quay trở lại gắn bó thêm nhiều.

Với giá trị được cảm nhận trên thị trường, may mắn và cơ hội sẽ bắt đầu gõ cửa,

Mong muốn của bạn sẽ sớm được thực hiện và bạn sẽ ngừng yêu cầu nhiều hơn nữa.

Tập trung vào phát triển bản thân, làm cho bản thân trở nên có giá trị và không thể thiếu,

May mắn sẽ bắt đầu đi theo bạn; bạn sẽ bắt đầu biến mọi thứ trở thành khả thi và cảm thấy ngạc nhiên nhiều.

Bạn cần chuyển từ giao dịch có tính logic sang chuyển đổi bằng phép thuật, Chuyển ra ngoài và rời xa những gì quen thuộc, sẽ đánh thức bạn về những gì có thể nhất.

Giá trị đến từ những món quà bạn đã có và những gì tự nhiên đến với bạn, Một số điều bạn yêu thích trong cuộc sống, đối với thế giới có giá trị to lớn vô hạn.

Cuộc sống là một chuỗi sự kiện xảy ra một cách ngẫu nhiên,
Nhưng đó là một cách thể hiện nó đang dẫn bạn đến tự do, an yên.
Cuộc sống không xảy ra với bạn, cuộc sống xảy ra thông qua chính bản thân bạn,
Tất cả những gì bạn cần tập trung, phát triển, là tất cả những gì bạn trân trọng cẩn thận.

Tặng thế giới tài năng độc đáo của bạn, hãy cứ tiếp tục như thế, không giới hạn,
Cuối cùng thì tất cả những gì bạn tìm kiếm… chính là một con người hoàn chỉnh của BẠN!

43. Những Trái Tim Cùng Chung Một Nhịp

Có những người trên thế gian này, trái tim của họ cùng chung một nhịp ngay từ khi bắt đầu.

Tình yêu dành cho nhau không có giới hạn, và họ ở bên nhau, bởi vì không thể chịu đựng việc xa nhau.

Có những người trên thế giới này, người mà trái tim của chúng ta cùng chung nhịp đập với họ,

Cuộc sống không bao giờ trọn vẹn, cho đến khi chúng ta gặp lại nhau, và mọi thứ được làm sáng tỏ.

Có một câu chuyện về hai chị em sinh đôi được sinh ra cách nhau vài phút; người em phải bị tách ra khỏi chị gái mình vì tình trạng bệnh

Người chị gái được đặt trong một lồng ấp khác vì cô ấy không có dấu hiệu mắc bệnh.

Tình trạng của người em trở nên tồi tệ hơn và các y tá không biết phải làm gì,

Các dấu hiệu sinh tồn của cô ấy đang giảm dần, họ nghĩ rằng cô ấy có thể sẽ phải ra đi.

Y tá trưởng khoa nhi đã có ý tưởng tuyệt vời: hãy đặt cặp song sinh ở cạnh nhau, trái tim của chúng hòa chung một nhịp, chúng thuộc về nhau.

Khi hai chị em đoàn tụ, người chị di chuyển đến gần với em gái mình, và trông giống như đang cô ấy ôm áp và vỗ về nỗi đau.

Khi họ quay lại với nhau, các dấu hiệu quan trọng của cặp song sinh đầu tiên bình thường hóa và cô ấy nhịp tim lướt qua các bảng xếp hạng: họ không được phép xa nhau!

Có những người trên thế gian này, những người mà trái tim của chúng ta cùng chung nhịp đập,

Cuộc sống không bao giờ trọn vẹn, cho đến khi chúng ta gặp lại nhau và mọi thứ được làm sáng tỏ, và được thiết lập.

Chàng thủy thủ trẻ nói lời tạm biệt với mẹ và tiếp tục hành trình trở về Hải quân để hoàn thành nghĩa vụ,

Nhịp tim của người mẹ nối liền với nhịp tim của người con trai từ khi còn trong bụng mẹ, đó là điều kỳ diệu và sức mạnh của tình yêu thực sự.

Một điều gì đó khủng khiếp đã xảy ra và một kẻ đánh bom liều chết đã tự nổ tung mình, trên một chiếc thuyền, có một vài người đàn ông,

Trái tim của người mẹ bỗng hẫng một nhịp, và bà ấy biết điều khùng khiếp gì đó đã xảy ra gần bờ biển Yemen, và thầm cầu nguyện từ tận đáy lòng

Đó là sức mạnh của tình yêu thương, sự gắn bó giữa một người mẹ và con trai của mình, nhịp tim của họ như hòa làm một để tiếp tục sống.

Có những người trên thế gian này, những người mà trái tim của chúng ta cùng chung nhịp đập,

Cuộc sống không bao giờ trọn vẹn, cho đến khi chúng ta gặp lại nhau và mọi thứ được làm sáng tỏ, và được thiết lập.

Cậu ấy đã chuyển đến một nơi yên bình khác, nơi không có không gian ba chiều tồn tại,

Người mẹ đã biết điều đó trong trái tim mình, ngày của bà đã được đánh số; con trai là lý do duy nhất để bà tồn tại trong năm rộng tháng dài.

Có những người trên thế gian này mà trái tim của họ chung một nhịp đập, từ đầu đến cuối,

Tình yêu dành cho nhau không có giới hạn, nhất định phải ở bên nhau, không thể chịu được tách rời ...

44. Ngôn Ngữ Của Trái Tim

Vượt qua cả tốt đẹp và xấu xa, thời gian và không gian, đúng và sai ... chúng ta hãy gặp gỡ nhau ở đó,
Một nơi của vẻ đẹp, sự may mắn, hòa bình và kỳ diệu: nơi cuộc sống là công bằng, là tự do.
Nơi có tình yêu cao thượng, trái tim rộng mở; nó hoàn toàn ngăn chặn mọi sợ hãi và tự ti,
Cuộc sống ngược xuôi ngang dọc....người ta không cần phải thay đổi bất kỳ điều gì.

Được bao bọc bởi những gì bạn mơ ước và mong muốn,
Không có sự phán xét và bản ngã, hãy để tâm hồn bạn bộc phát và thỏa thích bay lượn.
Hãy biến ước mơ trong tương lai trở thành sự thật ở giây phút hiện tại– một điều ước đã được ban cho,
Hãy tưởng tượng cảm giác ước muốn của bạn được hoàn thành, hãy đến nơi có thể xảy ra điều đó...

Trong thế giới lượng tử, tất cả mọi thứ đều có khả năng, đó là cách tần suất được hình thành,
Ngôn ngữ vật lý và vật chất chắc chắn sẽ phản ứng, sử dụng ngôn ngữ mà nó hiểu được để thực hành.
Hãy làm điều này trước khi bạn bắt đầu cuộc hành trình đến với ước mơ và khát khao kiếm tìm,
Ngôn ngữ quan trọng nhất đến từ việc cảm nhận nó một cách sâu sắc: ngôn ngữ của trái tim!

45. Trải Nghiệm

Tại sao tôi cứ phải mang tất cả những chiếc mặt nạ khác nhau này để lảng tránh?

Mặt nạ này là cách người khác nhìn thấy tôi; một cái khác tôi mang khi không có ai xung quanh?

Tôi mang mặt nạ chỉ để mọi người nhìn nhận tôi — đôi khi cảm thấy thật nông cạn,

Với tất cả những lời nói thầm thì, tất cả những cử chỉ... những hy vọng và ước mơ ngớ ngẩn....

Có phải tâm hồn tôi đang bùng cháy bên trong, và cần những giọt nước mắt để dập tắt ngọn lửa?

Có phải những bức tường tôi xây xung quanh không đủ cao thêm nữa?

Có phải tôi đã quên dựng một cánh cổng cho lối ra khỏi nơi đây?

Cuộc sống có thực sự phức tạp như vậy không, hay tôi làm cho nó trở nên như vậy?

Tôi còn lại bao nhiêu thời gian ở nơi này?

Làm thế nào để tôi kết nối với cánh đồng bất tận của những giấc mơ ngoài tầm tay?

Đứa trẻ trong tôi đang hạnh phúc, hay nó đang muốn chạy trốn chạy?

Tại sao tôi không thể nghe thấy tiếng nhà hiền triết thì thầm bên tai?

Tôi có bị lừa dối khi còn nhỏ không?

Cuộc sống có phải là những gì tôi đã được nghe kể không?

Tại sao tôi cảm thấy bị mắc kẹt trong một thung lũng của những tảng đá, đẩy chúng lên một ngọn núi?

Đâu là nơi chim hót, nhạc vang tiếng hò reo?

Đâu là vũ điệu của những con côn trùng nhỏ bé đang uốn éo?

Tôi vừa thức dậy sau một giấc ngủ sâu, thư thái....

46. Hành Trình Đến Với Tâm Hồn

Bạn là người bạn đồng hành như thế nào, trong cuộc hành trình được gọi là cuộc sống,

Cuộc sống bị chia cắt theo nhiều cách, nhưng bạn sẽ luôn đổ lỗi cho chính mình phải không?

Cuộc hành trình đôi khi có thể gian nan, đầy thử thách và xung đột,

Đôi khi mọi thứ sẽ diễn ra theo cách bạn muốn, rất suôn sẻ; có lúc lại xuất hiện như một cú đánh đột ngột.

Mỗi hoàng hôn cũng là một bình minh ở đâu đó — mỗi vị thánh là một tội nhân,

Mọi đồng xu đều có hai mặt... vì bạn ở đây, điều đó khiến bạn trở thành người chiến thắng bản thân!

Có một điều chắc chắn là: cuộc sống không chỉ có vật chất,

Hãy nhớ rằng, bạn sẽ không mang theo gì khi ánh sáng trong bạn đã tắt.

Đừng trao quyền lực cho người có áo khoác phòng thí nghiệm,

Hoặc bạn sẽ sớm gặp phải những lỗ hổng trên con thuyền trôi nổi của cuộc đời mình.

Bạn mạnh mẽ như các liên kết bền vững bạn đang kiếm tìm

Cách bạn chơi trò chơi sẽ quyết định bạn bơi hay chìm.

Sự khôn ngoan của thời đại, hãy lắng nghe sự thật đã được những nhà hiền triết chứng minh,

Biết, hiểu và trải nghiệm cuộc sống ở hiện tại... không phải đích đến mà là cả một hành trình.

Lời nói có vị ngọt của mật, hoặc vị đắng của thuốc và có thể khiến bạn khóc đến mỏi mệt,

Chúng có thể cho bạn cảm giác như đang ở thiên đàng, ngay cả trước khi bạn chết.

Tiềm thức giống như một máy tính lớn, và khả năng tính toán của nó vượt xa sự đoán trước,

Trong đó là tất cả mọi thứ bạn từng muốn và đang muốn; là tất cả kho báu bạn có được.

Nó lên xuống theo chu kỳ và hoạt động như con sóng,

Hầu hết đều trong trạng thái bị thôi miên và choáng váng... đó là cách nó hoạt động.

Đánh thức tiềm năng của bạn, biết chịu trách nhiệm, cứ xem như là lỗi của bạn,

Hoặc sự thôi miên về văn hóa, môi trường, giáo dục, mặc định sẽ tiếp quản.

Cuộc sống như một cuộc họp, để phát huy hết tiềm năng hội tụ,

Bạn là biểu hiện của những phẩm chất đó, thực sự!

Mọi người đều đấu tranh cho quan điểm của riêng mình, nó đòi hỏi thời gian và cả sự tập luyện trong đó!

Nếu không sớm nhận ra, cuộc đời bạn sẽ chỉ toàn là bỏ lỡ.

Lo lắng là lời cầu nguyện cho những gì bạn không muốn– hãy tưởng tượng tình huống xấu nhất,

Sự hỗn loạn và mất tập trung sẽ len lỏi vào và khiến cuộc sống trở nên nguy hiểm, chật vật.

Hãy sống cuộc sống giống như những lời cầu nguyện của bạn đều đã được đáp lại,

Điểm đến hiện tại không phải là điểm đến cuối cùng: điểm đến không tồn tại!

Ức chế cảm xúc dẫn đến trầm cảm, thiếu sự thể hiện bản thân,

Bạn không bị giới hạn bởi nguồn lực, mà bởi sự tháo vát và sự thú nhận.

Ngay cả những phần bị hư hỏng nặng nhất, bạn tưởng tượng đến linh hồn của mình,

Có sự vĩnh cửu và thần thánh bên trong chúng, và sự lấp lánh của ánh vàng lung linh.

Tiếp tục tiến lên, tiếp tục phát triển ... trở nên mạnh mẽ như đá,

Bạn không thể chữa lành những gì bạn che giấu và không nói ra!

Đừng che giấu những tổn thương đã định hình cuộc đời bạn,

Những lời nói có thể khiến bạn thất vọng, cũng có thể gây ra nhiều mâu thuẫn gián đoạn.

Có một cái gì đó bên trong bạn được định sẵn,

Đó là ánh sáng ở sâu bên trong cốt lõi của bạn.

Khó khăn, bị bỏ rơi... nỗi đau về tinh thần, thể chất, tình cảm và cả những bi kịch,

Sự hối tiếc, thời gian lãng phí — nó hun đúc và định hình con người bạn như bây giờ: đó là tất cả đều vô ích?

  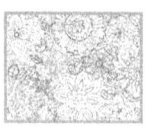

47. Sinh Ra Trên Thế Gian Này

Sinh ra trong thế gian trần truồng và sợ hãi này, dây rốn bị cắt đi bởi một lưỡi dao,
Đột nhiên, vai trò của mẹ với một người giúp việc chẳng khác là bao.

Sinh ra trong một thế giới của ánh sáng thuần khiết và chan chứ tình yêu,
chúng ta sinh ra đều dễ thương như một chú chim bồ câu bé nhỏ,
Được chuyển đến thế giới này từ thiên đường trên cao tự do.

Sinh ra trong một thế giới luôn tồn tại hai mặt, sự bất bình đẳng– tâm lý nông cạn,
Quyền lực bị xã hội tước đoạt sớm... sự lựa chọn duy nhất còn lại duy nhất là chọn sự tầm thường làm bạn.

Được sinh ra từ một thế giới phát xuất từ sự thiêng liêng, tuyệt diệu và lạ kì,
Nhưng chẳng bao lâu chúng ta học cách tách biệt, cạnh tranh và ích kỉ.

Sinh ra trong một thế giới mong được ngủ trên một chiếc giường êm ái, xả hết mỏi mệt,
Vì chúng ta đã chạy vòng tròn cả ngày như một con gà không đầu: năng lượng sống dần cạn kiệt.

Sinh ra trong một thế giới nhiều câu hỏi, như cái gì, ở đâu, như thế nào, khi nào, tại sao không?
Tôi biết bạn là một người tò mò và quan tâm... tất cả những gì bạn cần làm để tìm ra câu trả lời: là nhìn vào bên trong!

48. Sự Nỗ Lực Của Tình Yêu

Đôi khi phải mất cả ngày để viết một bài thơ hoặc một vở kịch,
Nhưng điều đó không sao vì đó là sự nỗ lực của tình yêu.

Đôi khi bạn được yêu cầu phải tập trung học tập ở trường, bạn phải đối phó với
rất nhiều điều vô nghĩa,
Nhưng điều đó không sao vì đó là sự nỗ lực của tình yêu.

Đôi khi bạn không ngủ được vào ban đêm, và phải nghe đứa trẻ sơ sinh khóc cho đến khi trời sáng,
Nhưng điều đó không sao vì đó là sự nỗ lực của tình yêu.

Đôi khi bạn chơi nhạc cụ và luyện tập ngày đêm, điều đó làm cho các ngón tay của bạn không tránh khỏi đau đớn,
Nhưng điều đó không sao vì đó là sự nỗ lực của tình yêu.

Đôi khi bạn có cảm giác như đang đối mặt với quá nhiều với những kẻ xấu xa... bạn thấy cuộc sống chỉ toàn là bụi bẩn và bùn lầy,
Nhưng điều đó không sao cả vì đó là sự nỗ lực của tình yêu.

Đôi khi có cảm giác như Cuộc sống của bạn trôi qua thật nhanh chóng – bạn trân trọng những kỷ niệm và tự hỏi "nó sẽ tồn tại được bao lâu nữa?"
Nhưng điều đó không sao cả vì cuộc sống này chính là sự nỗ lực của tình yêu ...

49. Những Chiếc Trống Của Cuộc Cách Mạng

Tiếng trống chiến tranh trống rỗng, nhưng đang làm tổn thương màng nhĩ,
Hàng triệu trẻ em trên thế giới đang chết đói và tìm kiếm những mảnh vụn bánh mì.
Tất cả tin tức trong năm 2018 là sự tuyệt vọng và khủng hoảng,
Chúng nhấp nháy trên màn hình những thảm họa, chiến tranh, bạo loạn.

Các đế chế sụp đổ và tự hủy diệt từ bên trong,
Miếng ăn và rạp xiếc, lòng tự ái, chứng bệnh xã hội: trước khi họ giã từ cuộc sống.
Sự ngây thơ bị hy sinh, thiên nhiên bị tàn phá, nỗi sợ hãi bị buôn bán và lòng tham,
Bốn kỵ sĩ của Ngày Tận thế đang từ trên trời giáng xuống trần gian.

Bom hạt nhân không thừa nhận tù nhân chiến tranh,
Đó là cách phi lý và vô nhân đạo nhất để dàn xếp mọi thứ được hoàn thành.
Những ngôi sao chương trình thực tế lại nắm trong tay quyền lực quan trọng,
Có phải chúng ta đã trở nên ảo tưởng khi không nhìn thấu tất cả trò hề này không?

Tôi biết cuộc sống có lẽ phức tạp và không công bằng,
Điều gì đã xảy ra với những người có lòng trắc ẩn và những người ngay thẳng?
Đừng để giới truyền thông và chính phủ nói với bạn rằng: bạn không có quyền lực,
Tổ chức, kháng chiến và cách mạng... Bây giờ đã đến lúc!

50. Nàng Thơ

Tôi cô đơn và buồn bã, khao khát có được em; những cuối cùng vẫn chỉ có tôi và cây đàn cô quạnh,

Rất mong được gặp lại em, cho dù em đang ở nơi xa nhưng tưởng như sự hiện diện của em rất gần.

Tôi nhắm chặt đôi mắt lại, và tất cả những gì tôi có thể tưởng tượng là khuôn mặt của em,

Như một tấm gương phản chiếu nét duyên dáng, quý phái và toàn bộ vẻ đẹp.

Tôi điên cuồng gọi tên em– bởi vì tôi không thể làm bất cứ điều gì khi không có Nàng Thơ của tôi,

Cuộc sống đã trở nên nhàm chán và và quá tầm thường, quanh cổ tôi như một sợi dây thừng lủng lẳng treo vội.

Tôi đã định từ bỏ và kết thúc tất cả bằng sự sáng tạo này của mình

Nhưng rồi em đi cùng, và chúng ta cùng khiêu vũ, dùng bữa, uống rượu, tâm tình.

Sau đó, tôi chợt nhận ra, và tôi nhận ra: một sự hiển linh,

Tôi đã có số phận của riêng mình; tôi đã đi trong cuộc hành trình vĩnh cửu của riêng mình.

Vẻ đẹp là một trạng thái ý thức bị thay thế, một khoảnh khắc phi thường của thi ca,

Nó khiến chúng ta rộng lòng đón nhận ánh sáng, cho phép sự thật đi ngang đi qua,

Vẻ đẹp có thể rũ bỏ chúng ta ra khỏi những điều kiện ràng buộc, hướng đến một điều gì đó vượt ra ngoài sự bình thường,

Vẻ đẹp giải phóng, gợi ý đến một cõi thiêng liêng; đánh thức sự phi thường.

Chúng ta phải trải qua nhiều năm bị phán xét và thử thách– và cả những định kiến của người ngoài, có lẽ,

Chúng ta đã luôn ngập tràn sự chân thành– và chúng ta vẫn đang gìn giữ như thế...

51. Tôi Hỏi Bạn Và Tôi Muốn Hạnh Phúc

Từ ngữ tạo ra thế giới... Điều đó có đúng không, tôi hỏi bạn?

Cây bút có mạnh hơn thanh kiếm không, tôi hỏi bạn?

Có phải những gì bạn nhìn thấy, sờ, ngửi, nghe và nếm, tất cả chỉ có thế, tôi hỏi bạn?

Vẻ đẹp là có thật, hay chỉ là những nguyên tử xoay quanh thành một làn sóng trong tâm trí, tôi hỏi bạn?

Những gì bạn được kể khi con bé, lớn lên rồi đó có phải sự thật không, tôi hỏi bạn?

Bạn cảm thấy bây giờ thế nào, tất cả chỉ có thế thôi sao, tôi hỏi bạn?

Trong một chiều không gian của tính hai mặt, sự hợp nhất có bị lãng quên không, tôi hỏi bạn?

Bạn có tạo ra không gian bên trong để chuẩn bị cho sự nổi bật và duyên dáng không, tôi hỏi bạn?

Bạn có thể đi sâu xuống vực thẳm trong tâm hồn bao nhiêu, tôi hỏi bạn?

Tôi hỏi bạn làm thế nào sâu để bạn đi vào các đường nứt và uốn khúc các vết nứt, tôi hỏi bạn?

Sự hiểu biết của bạn về những nét đẹp truyền thống còn nông cạn đến mức nào, tôi hỏi bạn?

Dòng nước cạn như thế mang thông điệp gì, tôi hỏi bạn?

Những ngọn núi nhô lên trên mây khoe vẻ đẹp lộng lẫy cao được bao nhiêu, tôi hỏi bạn?

Bàn thờ nơi bạn cúng tế thần linh cao bao nhiêu, tôi hỏi bạn?

Tôi muốn được hạnh phúc, không có lý do

Tôi muốn được hạnh phúc, bốn mùa sống trong sự vô lo

Tôi muốn được hạnh phúc, dưới ánh sáng ấm áp của mặt trời

Tôi muốn được hạnh phúc, ngay cả khi không có niềm vui, hay không có lý do để cười

Tôi muốn được hạnh phúc, cho dù tôi chỉ mới bắt đầu cuộc hành trình hay đã hoàn thành

Tôi muốn được hạnh phúc, nhìn thấy ánh sáng của các vì sao cứ sáng mãi, long lanh

Tôi muốn được hạnh phúc, bất cứ nơi nào tâm hồn tôi muốn đến

Tôi muốn được hạnh phúc, khi mắt tôi nhắm lại, kể cả khi chỉ nhìn thấy một màu đen

Tôi muốn được hạnh phúc, nơi thiên nhiên hoang dã và tự do chạy nhảy trên ngọn đồi

Tôi muốn được hạnh phúc, nơi mà hình ảnh phản chiếu của bạn cũng giống như tôi

Tôi muốn được hạnh phúc, khi tôi ngập tràn niềm vui, nỗi buồn bay theo làn gió

Tôi muốn được hạnh phúc khi tôi ôm một cái cây khổng lồ

Tôi muốn được hạnh phúc, nơi tôi thư giãn và uống một tách trà

Tôi muốn được hạnh phúc: du hành đến tận cùng của dải ngân hà...

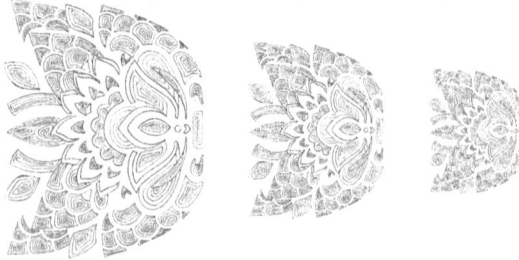

52. Tôi Tự Hỏi

Tôi tự hỏi một con bướm đã phải bay bao xa trước khi nó nằm nghỉ tại chỗ?

Tôi tự hỏi làm thế nào những con đại bàng lại đuổi theo người bạn đời của chúng, và mời chúng về xây tổ?

Tôi tự hỏi cá hồi bơi ngược dòng nước bao xa, thử xem sao?

Tôi tự hỏi không biết chúng đẻ trứng, nhường mạng sống cho con cái rồi chết đi như thế nào?

Tôi tự hỏi không biết trẻ khao khát bao lâu rồi mới được cất tiếng khóc chào đời?

Tôi tự hỏi một con rùa đã bơi bao xa, trước khi đến bờ trong chuyển động chậm chạp như bình thường?

Tôi tự hỏi làm thế nào nó đẻ trứng, bao bọc chúng và lại biến mất trong đại dương?

Tôi tự hỏi làm thế nào một số người phải làm việc trong nhiều giờ và biện minh cho của cải đến cùng?

Tôi tự hỏi làm thế nào một cây tre sẽ phải cúi đầu trước bão và nó sẽ uốn cong một cách lúng túng?

Tôi tự hỏi làm thế nào những con chim cánh cụt có thể sống ở những vùng xa xôi, lạnh giá, hoang vắng ở cực Bắc tận cùng? ......

53. Câu Chuyện Tình Yêu

Tôi muốn lan tỏa tình yêu thương trên thế giới này, dùng hết tất cả để bộc lộ,

Tôi muốn ngăn chặn sự lây lan của nỗi đau và sự thống khổ, dùng hết tất cả để quấy phá nó.

Tôi muốn cảm nhận tình yêu và lan tỏa tình yêu đó — từ đây cho đến mai về sau,

Tôi muốn truyền vào thế giới này tình yêu thương dồi dào: không thiếu được đâu!

Tôi muốn trở thành người yêu đầu tiên của em và trao em nụ hôn đầu,

Có em, cuộc sống tốt đẹp hơn rất nhiều, được sống trong hạnh phúc vĩnh viễn ngày sau...

Một cuộc sống tươi đẹp, một vũ điệu của sự duyên dáng và gan góc,

Nhẹ nhàng gọi em thoải mái đến đó rong chơi, tán dóc.

Bạn không sợ tình yêu mới mà bạn gặp được nơi xa lạ

Bạn sợ những nỗi đau trong quá khứ mà bạn đã trải qua!

Bạn cần cho họ thấy ai là nữ hoàng — ai là vua?

Họ sẽ cởi mở với bạn, giống như một con chim hoàng yến rất tiếng hót dạ thưa.

Khi không có sự giao tiếp, kết nối, những bông hoa sẽ lụi tàn...

Tình yêu không có sự sẻ chia, thấu hiểu, rồi cũng sẽ vội tan.

Tôi thức dậy vào lúc bình minh

Như được bơi trong ánh sáng của mặt trời rực rỡ, thanh bình

Hãy để mặt trời sưởi ấm bạn

Hãy để ngọn gió hong khô bạn

Hãy để đại dương gột rửa bạn

Để bạn có thể thoải mái ngủ ngon.

Hãy để thơ ca là món tráng miệng của tâm hồn

Bản thân sự sáng tạo là mục tiêu trọng điểm,

Bạn cần phát triển từ bên trong với tư cách là một con người

Khi bạn lớn lên, mọi thứ xung quanh đều sẽ phát triển: mọi thứ đều sẽ lớn dần,

Bạn là người sáng tạo, người thiết kế, người xây dựng nên cuộc sống của mình — vì vậy hãy sống thật tốt, đó là một đặc ân!

54. Xin Hãy Giúp Ngăn Chặn Các Cuộc Chiến Tranh!

Trẻ em di cư bị tách khỏi mẹ và nhốt trong lồng,

Những người thoát tội, thất nghiệp và không thể nào có một bữa ăn ngon khi nợ nần cứ chất chồng.

Chúng tôi đối xử với những người xin tị nạn đến đất nước này như những con cừu non bị hiến tế,

Tách trẻ nhỏ khỏi cha mẹ và gửi chúng đến các trại tập trung, tự do vui chơi là điều không thể.

Băng qua muôn trùng núi sông hiểm trở, ôm hy vọng nhập cư,

Rồi đổi lại, họ trải qua những năm tháng như tội phạm bị giam giữ trong căn cứ.

Một người nhập cư, từ tận sâu trong thâm tâm

Chưa bao giờ có một nơi để thuộc về, để cắm rễ trong lặng thầm.

Có hàng triệu người trên thế giới đang tị nạn,

Không có sự hỗ trợ và không có nơi nào để đi– Họ vật vã, rã rời như những con ong bị lạc đàn.

Thật nguy hiểm khi con người bị đối đãi như một loài khác,

Có thể đem ra mua bán, bị lạm dụng và bị coi như rác,

Đi sâu vào bên trong con người, kết nối nơi bắt đầu của bạn

Hiểu được rằng cuộc sống này là để yêu thương, xin hãy giúp ngăn chặn các cuộc chiến tranh?

55. Tinh Thần

Bạn yêu thích điều gì, hãy cho nó sức mạnh– bạn sợ hãi điều gì, bạn hãy trao quyền cho nó!

Với những gì bạn cho nó sức mạnh, bạn thu hút nó vào cuộc sống của mình... như một con ong bị thu hút bởi một bông hoa.

Hãy bước đi trong ánh sáng và sự chân thành, xua tan đi nỗi sợ hãi,
Tất cả những khó khăn và rào cản của bạn sẽ dần dần lùi lại.

Hãy buông bỏ quá khứ, bạn sẽ cảm thấy rất nhẹ nhàng như đang bay,
Giống như một con bướm đầy màu sắc đang bay lượn hang say.

Hãy để cuộc sống của bạn là một ngôi nhà với những tấm gương,
Kính vạn hoa có màu pastel đẹp mắt đầy tán tưởng.

Thấu hiểu, biết ơn, yêu thương, chân thành và cho đi...
Hãy để tình yêu tỏa ra từ trái tim bạn, và đó là cách bạn sống từ bi.

Nhẹ nhàng, thanh thản, khiêm tốn và lương thiện,
Tất cả phán đoán cũng đều là tự nhận xét bản thân, hãy nhìn nhận một cách toàn diện!

Đối xử với con cái của bạn một cách khôn ngoan và tôn trọng,
Những tổn thương và ngược đãi sẽ được lưu lại những vết thương trong lòng.

Trẻ em giống như chiếc máy ảnh, sẽ chụp lại và in ra những gì chúng nhìn thấy ngay cạnh bên,
Sự hiểu biết của chúng là những gì chúng cảm nhận thấy — đó là cách họ lớn lên.

Phần lớn cuộc sống bị chi phối bởi những nguồn năng lượng vô hình mà bạn không thể nhìn thấy hay chạm tới

Năng lượng dường như hoạt động bên dưới radar, không thể phát hiện được bằng các giác quan — hãy tin tôi!

Khi bạn nhận ra cây bút có thể mạnh hơn thanh kiếm,

Không có sức mạnh nào lớn hơn được tạo ra, khi bạn chắc chắn ở trong tim!

Khi nắm bắt được điều này, bạn sẽ tạo ra quyền lực và sự giàu sang sẽ càng thêm nhiều,

Sức mạnh là hình thức bắt nguồn từ thế giới vật chất ba chiều.

Bạn nghiên cứu quá khứ và hướng tới một tương lai an toàn, lành mạnh,

Bạn sẽ biết tất cả là hiện tại vĩnh cửu, khi bạn trưởng thành!

Có các trường hình thái chất hấp dẫn, vô hình, nhưng mạnh mẽ và thực tế,

Chúng hoạt động ở đầu bên kia của quang phổ; đó là cách nó làm cho bạn cảm thấy thế.

Kho báu trần gian mà bạn ao ước, nằm trong hốc tối của hang động tiềm thức: bạn không dám bước vào,

Điều bạn không thích ở người khác, là điều bạn chưa thừa nhận và chấp nhận ở chính mình từ tận bên trong từng tế bào.

Hành trang lịch sử, câu chuyện bạn kể cho chính mình, tất cả đều là hư cấu bịa đặt,

Là câu chuyện khiến bạn sống cuộc đời như một nạn nhân hoặc khiến cuộc sống của bạn trở nên tất bật!

Bạn sẽ trải qua nhiều thử thách trong cuộc sống, tiêu diệt ác quỷ bóng tối, đối mặt và chinh phục nỗi sợ hãi tràn đầy,

Cuối cùng, với một lý do và một mục đích duy nhất; nếu không, bạn sẽ không ở đây!

Những lời khẳng định có thể tạo ra thuật giả kim kỳ diệu sâu trong tiềm thức,

Nó sẽ kéo bạn ra khỏi vòng lặp, vòng quay đó có thể trở nên vòng vèo, gấp khúc.

Nếu bạn cho phép nó phát triển mạnh; nó chắc chắn sẽ cứu rỗi cuộc sống của bạn,

Nếu bạn kìm nén và không để nó thoát ra ngoài; nó sẽ đưa bạn đến nấm mồ của sự bất hạnh, cực đoan.

Bạn ở trong năng lượng này, và năng lượng này cùng với bạn hòa làm một,

Hãy liên hệ với nó, cho phép nó cho bạn thấy đâu là sự thật, đâu mới là điều tốt.

Hãy chắc chắn rằng bạn loại bỏ tất cả những điều vặt vãnh trong quá khứ, để gốc rễ của bạn được đâm sâu,

Không oán giận về những điều đã qua, thế nên bạn cũng không cần phải vạch lá tìm sâu.

Kháng cự với cuộc sống là vô ích, nó tạo ra các vấn đề tâm lý,

Những phán xét và cố chấp của bạn đối với các khái niệm, ý tưởng và đối tượng, sẽ khiến bạn phải trả giá bằng tình cảm phí.

Ngay từ khi bạn còn là một đứa bé, tiềm thức của bạn đã được lập trình để vận động hướng tới niềm vui và tránh xa nỗi đau tai hại,

Mất đi thứ gì đó se gây ra nỗi đau day dứt, những rồi sau đó bạn sẽ lại đạt được trong tương lai!

Đó là một tầm nhìn mà chỉ bạn mới có thể nhìn thấy bằng tâm trí, nội tại, Tầm nhìn của bạn phải gieo mầm trong lòng đất, đơm hoa kết trái.

Buồn bã và chán nản là cách để tâm hồn bạn cảnh báo rằng bạn đang bế tắc trong tâm trí,

Một sự kiện lặp đi lặp lại trong tâm trí, bạn muốn nó khác đi!

Mỗi bước đi và quyết định trong cuộc sống đều dẫn bạn đến một cuộc phiêu lưu mới, một hướng đi mới,

Nếu bạn không cẩn thận, bạn sẽ đánh mất chính mình và sống một cuộc đời u tối.

Đừng mắc phải sai lầm nghiêm trọng như là nghiện ngập, hay dùng thuốc,

Bạn chỉ bắt đầu bằng việc gặp ảo giác, và sau đó có thể là quá muộn.

Bạn không chỉ cần làm sạch cơ thể, mà còn cần tự giải độc mạng xã hội và kỹ thuật số,

Khóa điện thoại– tránh xa đồ ăn vặt– tránh xa những trò chơi điện tử vô bổ!

Lòng tự trọng được ngụy trang bằng sự tự tin và ẩn trong tầm nhìn dễ thấy,

Giả vờ là người tài giỏi, khoe khoang về sức mạnh, đúng không đây?

Thật khó để bạn tận hưởng cuộc sống một cách vui vẻ, bước trên đường đời thênh thang,

Khi trong sâu thẳm, có một cảm giác đang từ từ gặm nhấm rằng bạn chưa xứng đáng!

Tất cả các kho báu và cơ hội đều mở ra cho bạn, nhưng điều gì đó luôn giữ bạn lại,

Nếu bạn chưa đặt ra những câu hỏi lớn, chưa phát triển thành phiên bản tốt nhất của chính bạn: cuộc sống sẽ cho bạn những lần thất bại thảm hại.

Trong thực tế không gian và thời gian này, bạn không nắm quyền quản lý những gì bạn không thể đo lường,

Việc đo lường sẽ cho bạn biết khi nào bạn sắp tìm thấy kho báu mà mình mộng tưởng.

Những gì bạn bình thường hóa, dễ hiện diện và dễ nhận ra hơn,

Những gì bạn mong cầu, sẽ khó thành hiện thực hơn!

Cùng một ý thức mà bạn vận hành, không thể giải quyết các vấn đề cơ bản thì chắc chắn nó sẽ không phù hợp,

Nó giống như một con cá trong nước, nó không biết gì hơn, nó luôn được bao quanh từng lớp, từng lớp!

Bạn không thể là nhà tâm lý học, người cố vấn hay người chữa bệnh cho riêng mình, bởi vì bạn được bao quanh bởi nguồn nước của chính mình,

Thật dễ dàng để người khác nhìn ra điểm yếu và sai sót của bạn, hướng bạn đến các giao thức phù hợp, đưa bạn đến một con đường hướng đến mình minh.

Một huấn luyện viên sẽ nhẹ nhàng thúc đẩy bạn, để bạn có một bước nhảy vọt về niềm tin,

Xóa tan sự trì hoãn và thói quen chỉ chờ đợi trong lặng thinh!

Hãy quan sát và bạn sẽ nhận thấy mọi người hành động như một phiên bản của phim hoạt hình của chính họ là nhân vật,

Họ giống như những thây ma đi bộ trong phim, không có tầm nhìn hay phương hướng, và chỉ đơn giản là bị cắt bỏ mà không có thắc mắc.

Trầm cảm gây ra tuyệt vọng, cản trở cuộc sống tiến triển,

Cuộc sống trở nên u ám và nghiệt ngã, bạn đi trên vỏ trứng: như lưỡi dao sắc bén.

Một người có ý thức cao, họ sẽ có được sự giàu có và thành công,

Ý thức kém sẽ khiến con người ta đánh mất ngay cả những gì mình đang có, từ có cũng thành không.

Những người có ý thức cao, khiến họ tập trung vào sự phát triển và đóng góp,

Những người có ý thức thấp dành năng lượng của họ cho sự ghen tị và tranh chấp.

Một cuộc sống có ý nghĩa: không phải là giàu có, nổi tiếng, có học thức hay hướng đến sự hoàn hảo,

Đó là về sự tử tế, khiêm tốn, có thể chia sẻ những món quà của chúng ta cho bất cứ ai, bất cứ khi nào…!

Khi bạn đuổi theo tình trạng và những điều không lành mạnh, năng lượng đó sẽ chạy khỏi bạn,

Khi bạn trở thành phiên bản tốt nhất và đạt được những gì đang theo đuổi — mọi người sẽ tìm kiếm bạn!

Hãy là tác giả của hành trình phiêu lưu và câu chuyện cuộc đời bạn,

Hãy sống thật lâu, trọn vẹn thành công và viên mãn!

Bạn mạnh đến mức nào phụ thuộc vào mắt xích yếu nhất trong chuỗi thức ăn của bạn,

Kiến thức và trí tuệ bạn theo đuổi, là những gì bạn thu được trong hiện tại vô tận.

Bạn được kết nối với gốc rễ của mình, bạn được thúc đẩy để hướng tới mục đích và mục tiêu xa hơn,

Bạn không được xác định bởi sự to lớn của cơ thể bạn, mà là bởi sự rộng lớn của tâm hồn.

Suy nghĩ của bạn không mô tả thực tế của bạn– mà là chính nó tạo ra thực tế,

Đó là nguồn năng lượng, nơi sự phức tạp hợp nhất, hòa quyện và gặp gỡ nhau như thế.

Năng lượng khổng lồ của tự nhiên, được chứa đựng và lặp lại trong những điều nhỏ nhất,

Hòa hợp với nhau và chúng ta có thiên nhiên tươi đẹp, âm nhạc và nghệ thuật.

Hầu hết mọi người cố gắng hòa nhập, nơi tình yêu là giao không biến đổi,

Sự thật về con người của bạn, không phải con người bạn nghĩ, đó chính là bạn ở trong cuộc đời!

Có tư duy phát triển, tâm trí của người mới bắt đầu, hãy đắm chìm và say mê học hỏi cái mới,

Hãy để thế giới như hiện tại, hãy để nó tiếp tục quay, phát triển và xoay chuyển trên diện rộng.

Sự thật luôn không đổi, nó không phải là một mục tiêu di động,

Thương mại là vị thần hiện đại, và những gì nó rao giảng là thị trường!

Những hy vọng và ước mơ của bạn thật mong manh, như một bông bồ công anh bay tán loạn trong gió sương,

Ai biết được chúng có thể bay xa đến đâu, vì vậy, bây giờ, hãy giấu chúng trong tâm trí, tưởng tượng!

Sự đồng cảm, nếu được hiểu đúng, trái ngược với sự hoàn hảo và lý tưởng,

Nếu bạn không có được điều này, bạn sẽ sống ở một môi trường tiêu cực,

Điều nguy hiểm là sự gia tăng của nhiều tổ chức cứng nhắc, gây ảnh hưởng đến kết cục!

Bạn biết định nghĩa của sự điên rồ là làm đi làm lại một việc giống nhau và mong đợi một kết quả khác!

Khi bạn coi thiên nhiên là một gì đó thứ khác, một thứ gì đó bị chi phối, một thứ gì đó để chinh phục,

Nhiều loài vật chết dần chết mòn, môi trường sống biến mất, chúng đi lang thang mất phương hướng.

Con người gây ra biến đổi khí hậu, phá rừng, tàn phá môi trường,

Những kẻ mạnh và những kẻ cơ hội thoát ra khỏi bóng tối, và tiếp quản chính quyền.

Ở phương Tây, nỗi ám ảnh về việc phải làm là cực đoan, mọi người thậm chí còn chào bạn bằng câu: "Bạn làm như thế nào?"

Ở phương Đông, cả hai nắm tay nhau gần trái tim, cúi chào, ánh sáng trong tôi, cũng ở trong bạn!

Đưa một người từ đau đớn và khổ sở đến vinh quang,

Ai là người bạn muốn trở thành trong câu chuyện của cuộc đời mình?

Đứng dậy, vận động cơ thể, tập hợp năng lượng, để bước đến cuộc sống thanh bình

Hãy nhảy múa và tự do như một làn sóng giữa đại dương xanh.

Hãy để tinh thần dẫn bạn đến với thiên nhiên, đến với những cái vẫy tay gọi mời,

Cầu mong bạn được đưa đến những vùng đất sángvà những chòm sao xa xôi.

Tôi muốn mọc đôi cánh, một đôi cánh to lớn để tôi có thể bay lên nơi cao ngất ,

Ngày chuyển thành đêm như thế nào, tất cả chỉ diễn ra trong chớp mắt....

56. Lòng Kính Trọng Với Những Chú Ong

Chúng ta đang sống trong thời đại nhanh chóng, trong vùng đất béo bở,
Thay vì cảm thấy đang được sống trong một xã hội lý tưởng, mọi người tiếp tục theo đuổi bóng ma của tiền bạc mộng mơ.
Họ căng thẳng và vo ve cả ngày như những chú ong,
Tuy nhiên, nếu không có những chú ong, nền kinh tế sẽ cúi đầu diệt vong.

Trong tự nhiên có sự hài hòa, và mọi thứ đều phụ thuộc vào nhau,
Như có một trật tự, sự cân bằng thầm lặng và đẹp đẽ ... như thể mọi thứ đều được sinh ra ra từ Nữ thần thiên nhiên–Gaia.
Câu trả lời cho tất cả, là giải pháp thực sự và cũng là chìa khóa,
Là sinh vật nhỏ bé nhưng dũng mãnh– chú ong ngọt ngào và bận rộn quá...

Khi bạn được ăn miếng cơm ngon, hãy nhớ xem ai đã giúp thụ phấn cho cây cối sinh sôi, tăng trưởng
Hãy có ý thức và nhắc nhở những người khác: đừng quên bảo vệ môi trường!

57. Đó Là Tất Cả Về Bạn!

Hãy để tình yêu là nơi neo đậu của tâm hồn bạn,
Hãy để lòng trắc ẩn là mục tiêu chính trong cuộc sống hữu hạn.

Một người sáng tạo, một nghệ sĩ, có thể nhìn thấy mà không cần sự trợ giúp của năm giác quan,
Cô ấy vẽ, tô màu, diễn kịch, hát, khiêu vũ hay chơi đàn.

Đừng mắc kẹt trong sự tuyệt vọng một cách vô ích,
Đó không phải lỗi của bạn, đó chỉ là não trái đang kích thích.

Bạn có hàng triệu năm để thử và mắc sai lầm trong quá trình tiến hóa dài hạn,
Có một sức mạnh bên trong– hầu như không hoạt động– nhưng nó có thể tạo ra câu chuyện của riêng bạn!

Cuộc sống thăng trầm, nhưng đôi khi bạn cảm thấy nó phẳng lặng, không gợn gió bão,
Điều đó chẳng giống như khi trái tim ngừng đập và con người chỉ sống bằng lý trí sao?

Hãy lột bỏ đi lớp da chết, cũ kỹ, lộn xộn, không còn hoạt động và đồng hành,
Một thái độ biết ơn sẽ đi giúp bạn đi một chặng đường dài, cả tinh thần và thể chất đều đang được chữa lành…

58. Thật Đẹp Biết Bao!

Là một ngày mới vừa lên, tia mặt trời tỏa nắng vươn vai

Chúng ta đã nghỉ ngơi đầy đủ, sẵn sàng bước trên con đường dài

Vũ trụ mỉm cười khi trẻ em chơi đùa vui vẻ

Niềm hạnh phúc tràn đầy chiếm ưu thế,

Tình yêu nảy nở, chỉ có một cội nguồn, gắn kết biết bao...

Những tia nắng mặt trời sưởi ấm làn da vàng rực rỡ đẹp đẽ làm sao?

Những chú chim hót vang và cả những chú sóc sóc đung đưa trên cành cây,

Thiên nhiên đẹp làm sao trong ánh hào quang của nó, đó là một câu chuyện dài?

Tiếng khóc của một đứa trẻ sơ sinh thật đẹp làm sao?

Sự dịu dàng từ nụ hôn của một người mẹ tần tảo.

Linh hồn chung thuộc về tất cả, là nguồn cơn của tất cả mọi điều.

59. Mũi Tên Của Thần Cupid

Tôi gặp em từ trong đáy mắt, tôi gặp em qua màn sương mờ ảo
Tôi gặp em qua sấm chớp đùng đùng, qua cơn mưa giông ướt áo
Tôi gặp em qua bão tuyết, lũ lụt và cả trận cuồng phong không thể giấu
Là tình yêu, dục vọng hay đam mê đã đưa chúng ta đến với nhau?

Tóc mềm, da trắng, môi son, vẻ đẹp và sự thanh lịch thoáng qua đây
Khiêu vũ trong gió, và ôm lấy những đám mây
Lăn trên cát giữa đại dương, đu theo ánh trăng vàng dịu êm ...
Tôi thích giọng nói, cách em đi đứng, và cả nụ cười của em,
Tôi thích khi em thì thầm những điều ngọt ngào vào tai tôi, và chúng ta cùng cười đùa...

Đôi mắt của chúng ta quấn quýt lấy nhau, thần Cupid bắn mũi tên
Chúng ta để đôi môi làm hết tất cả, chúng ta đã ở nơi đây
Vũ trụ chảy trôi như sóng biển, chúng ta chuyển động nhịp nhàng...
Mũi tên của thần Cupid trúng đích — và chúng ta đã hòa làm một!

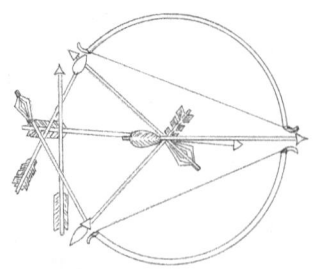

60. Hãy Chia Sẻ Thân Mật

Hãy nói cho tôi biết, trái tim bạn đã bị vỡ thành ngàn mảnh như thế nào?

Bạn có bị bỏ rơi khi còn nhỏ và bị đuổi đi trong chao đảo?

Có ai chỉ cho bạn thế nào là hòa bình thực sự không?

Mũi tên của thần Cupid có nhắm đến mục tiêu nhưng bị trượt nhiều lần không?

Kẻ bắt nạt có làm tổn thương bạn bằng những lời chửi bới khó nghe không?

Bạn có đau khổ trên đường đến trường trong những chiếc xe buýt màu vàng đó không?

Bạn có biết gia đình bạn đã trải qua thăng trầm và bao nhiêu mất mát không?

Ông kẹ vào ban đêm có chỉ cho bạn điều gì thô thiển không?

Họ có làm bạn thấy đủ đầy trong trường đạo với những câu chuyện trong Cựu ước về Môi-se không?

Có phải bố bạn luôn phàn nàn về công việc và những mất mát của ông ấy không?

Bây giờ bạn có nhận thức được bạn đang sống để làm gì và mục đích của bạn là gì không?

Bạn có biết tầm nhìn, sứ mệnh và động lực của mình là gì không?

www.ingramcontent.com/pod-product-compliance
Lightning Source LLC
Chambersburg PA
CBHW050833160426
43192CB00010B/2013